XU HƯỚNG TRUYỀN HÌNH ĐA NỀN TẢNG Ở VIỆT NAM HIỆN NAY

(Sách chuyên khảo)

NGUYỄN DƯƠNG CHÂN

XU HƯỚNG TRUYỀN HÌNH ĐA NỀN TẢNG Ở VIỆT NAM HIỆN NAY
(Sách chuyên khảo)

NHÀ XUẤT BẢN CHÍNH TRỊ QUỐC GIA SỰ THẬT

LỜI NHÀ XUẤT BẢN

Trong hơn một thập kỷ qua, sự phát triển mạnh mẽ của công nghệ số khiến môi trường tác nghiệp báo chí nói chung, truyền hình nói riêng có những thay đổi to lớn. Truyền hình truyền thống phát triển từ một phương tiện độc lập sang đa nền tảng, với những yếu tố được bổ sung như: các trang web, phát video trực tuyến, phòng trò chuyện, sự kiện được truyền hình trực tiếp, mạng xã hội,... Vì vậy, công chúng hiện đại cũng chuyển từ việc xem truyền hình một cách thụ động sang trải nghiệm tivi đa màn hình tương tác, đa nền tảng và trực tuyến với quyền chọn lựa nội dung hợp lý (thuộc nhu cầu và thị hiếu), đúng nền tảng (thuận lợi và ưa thích) và đúng thời điểm (thời sự và cập nhật). Có nghĩa rằng, khán giả hiện đại không bắt buộc phải tìm đến truyền hình tuyến tính (truyền hình truyền thống), mà tìm đến các sản phẩm của truyền hình đa nền tảng được định dạng và phân phối trên những cửa hàng kỹ thuật số mới như: Zalo, Facebook, YouTube, VTVgo, VTCNow, Web,...

Để tương thích với những thay đổi này, các nhà báo bắt buộc phải hình thành thói quen mới, trang bị kỹ năng tác nghiệp mới để thích nghi. Do vậy, việc nhận thức đầy đủ về truyền hình đa nền tảng trở nên cần thiết và quan trọng. Nhằm cung cấp thêm tài liệu cho các nhà nghiên cứu, nhà hoạch định chính sách, giảng viên, phóng viên, biên tập viên, cán bộ, nhân viên trong các cơ quan báo chí, truyền thông, học viên chuyên ngành báo chí, phát thanh - truyền hình và độc giả có nhu cầu tìm hiểu vấn đề này, Nhà xuất bản Chính trị quốc gia Sự thật xuất bản cuốn sách **Xu hướng truyền hình đa nền tảng ở Việt Nam hiện nay** (Sách chuyên khảo) của TS. Nguyễn Dương Chân biên soạn.

Cuốn sách trình bày kết quả nghiên cứu về truyền hình đa nền tảng ở Việt Nam, với các chuyên đề: Cơ sở lý luận và thực tiễn của truyền hình đa nền tảng; Thực trạng của truyền hình đa nền tảng ở Việt Nam; Định hướng phát triển truyền hình đa nền tảng ở Việt Nam hiện nay.

Xin trân trọng giới thiệu cuốn sách cùng bạn đọc.

Tháng 11 năm 2024
NHÀ XUẤT BẢN CHÍNH TRỊ QUỐC GIA SỰ THẬT

LỜI NÓI ĐẦU

Sự phát triển của khoa học - công nghệ đã tác động mạnh mẽ đến mọi mặt đời sống xã hội trên toàn cầu, trong đó có lĩnh vực báo chí, truyền thông. Công nghệ lên ngôi tạo ra những sản phẩm truyền thông mới như: báo chí dữ liệu, báo chí trên điện thoại di động, báo mạng điện tử, phát thanh trên internet, truyền hình kỹ thuật số, truyền hình đa nền tảng,... Đồng thời, nó khiến con người hiện đại gần như không thể tách rời các hoạt động của đời sống cá nhân, công việc khỏi các thiết bị công nghệ và nền tảng số hoá. Với điều kiện đó, họ không bắt buộc phải tìm đến nhà cung cấp tin tức truyền thống như: nghe phát thanh qua radio, xem truyền hình trên tivi, đọc thông tin qua báo in, mà tìm đến những sản phẩm truyền thông mới. Sự thay đổi đó đã ép truyền hình tuyến tính tiến hành một cuộc cách mạng để hướng đến truyền hình đa nền tảng - một xu hướng mới giúp khai thác tối đa nguồn tài nguyên nhằm phục vụ công chúng.

Bên cạnh đó, công nghệ khiến cho việc quản lý, tổ chức sản xuất của các nhà đài ở Việt Nam gặp nhiều khó khăn. Nó không những làm thay đổi nhu cầu của khán giả, biến họ trở thành công chúng chủ động, mà còn làm đổi thay thói quen quản lý, tổ chức sản xuất của nhà báo truyền hình. Công chúng ngày nay đã sử dụng sự ưu việt của các thiết bị được kết nối internet và các kênh phân phối kỹ thuật số để chủ động xem truyền hình - khác hẳn với truyền hình truyền thống. Bên cạnh sự mở rộng và di động này, công nghệ cho phép công chúng chuyển từ việc xem truyền hình một cách rất thụ động, thậm chí phụ thuộc hoàn toàn vào truyền hình tuyến tính, sang trải nghiệm tivi đa màn hình tương tác, đa nền tảng và trực tuyến. Khán giả được chủ động kiến tạo thông tin qua việc tương tác trên các nền tảng thân thiện với người dùng, nơi phân phối nhiều sản phẩm truyền hình.

Cuối cùng, công nghệ khiến cho các sản phẩm truyền hình được định dạng lại và phân phối trên những cửa hàng kỹ thuật số mới (Facebook, Zalo, Twitter, VTVgo, YouTube, Web,...). Không thể phủ nhận, internet và điện thoại thông minh đã trở thành phương tiện phân phối nội dung của truyền hình. Sở dĩ có thể nói vậy, bởi chúng không những đem lại phạm vi tiếp cận rộng hơn, mà còn có mức chi phí thấp hơn rất nhiều so với truyền hình quảng bá truyền thống. Do vậy, để tận dụng, sản phẩm truyền hình phải được định dạng lại bằng những thông số kỹ thuật riêng, tương thích với nhiều cửa hàng mới trên môi trường số. Nhưng hoạt động ấy trực tiếp thách thức cấu trúc thị trường truyền hình tuyến tính (độc tài, tích hợp theo chiều dọc) và chức năng "gác cổng" của các nhà đài. Để tăng doanh thu, huy động tối đa các nguồn lực, nhiều tổ chức truyền hình trên thế giới và ở Việt Nam bắt đầu tiếp cận đa nền tảng, bằng việc tuân theo xu hướng đa kênh phân phối và cá nhân hoá. Tuy nhiên, hoạt động này vẫn khó tạo ra hiệu quả do sự kỳ vọng được miễn phí của công chúng, những bí ẩn trong cơ chế và thuật toán của nền tảng. Hơn nữa, các nhà đài vẫn chưa thực sự nhận thức đủ về truyền hình đa nền tảng, cách thức các nền tảng vận hành để tổ chức sản xuất.

Trước thực tế này, cuốn sách chuyên khảo Xu hướng truyền hình đa nền tảng ở Việt Nam hiện nay hướng tới luận giải những vấn đề lý luận và thực tiễn của xu hướng truyền hình đa nền tảng ở nước ta, trên cơ sở khảo sát trường hợp Đài Truyền hình Việt Nam; từ đó chỉ ra các xu hướng phát triển, sự thay đổi trong thói quen tác nghiệp của đội ngũ nhà báo và đề xuất một số giải pháp, kiến nghị để hoàn thiện xu hướng mới này với bối cảnh hiện tại của Việt Nam.

Trong bối cảnh phát triển khoa học - công nghệ ngày càng mạnh mẽ và hiện nay, ở nước ta chưa có nhiều đề tài nghiên cứu về truyền hình đa nền tảng nên trong quá trình biên soạn cuốn sách không tránh khỏi còn hạn chế, thiếu sót, rất mong nhận được ý kiến đóng góp của bạn đọc để cuốn sách được hoàn thiện hơn trong lần xuất bản sau.

TS. Nguyễn Dương Chân

Chương I

CƠ SỞ LÝ LUẬN VÀ THỰC TIỄN CỦA XU HƯỚNG TRUYỀN HÌNH ĐA NỀN TẢNG

I. CƠ SỞ LÝ LUẬN

1. Các khái niệm cơ bản

1.1. Khái niệm xu hướng, xu hướng báo chí, xu hướng truyền hình

- *Xu hướng*

Theo *Từ điển tiếng Việt*, "xu hướng" có nghĩa là sự thiên về một chiều nào đó trong quá trình hoạt động có ý nghĩa đối với bản thân trong một thời gian lâu dài[1]. Theo *Từ điển Oxford*, "xu hướng" (trend) là một hướng đi chung trong quá trình vận động, phát triển[2]. Theo *Từ*

---

1. Xem Hoàng Phê: *Từ điển Tiếng Việt,* Viện Ngôn ngữ học, Nxb. Đà Nẵng, Đà Nẵng, 2003, tr.692.

2. Xem Oxford Learner's Dictionaries (2023). https://www.oxfordlearnersdictionaries.com/definition/english/trend_1?q=trend.

điển trực tuyến Collin (Anh), "xu hướng" được định nghĩa là sự thay đổi hoặc phát triển hướng đến cái mới hoặc khác biệt[1]. Năm 2005, trong đề tài nghiên cứu cấp bộ "Một số xu hướng chính trị chủ yếu trên thế giới hiện nay và tác động của chúng đối với công cuộc đổi mới ở Việt Nam" - Học viện Chính trị quốc gia Hồ Chí Minh, khái niệm "xu hướng" được nhóm tác giả định nghĩa là định hướng, chiều hướng hay phương hướng của sự hình thành, tồn tại và phát triển (thậm chí tiêu vong) của những quan điểm, tư tưởng lý luận chính trị nhất định trong hiện thực[2]. Như vậy, có thể hiểu *xu hướng là sự thay đổi hoặc một hướng đi của các chủ thể có mục đích chung trong một khoảng thời gian dài*. Hướng đi này có ý nghĩa đối với tất cả các chủ thể trong quá trình vận động và phát triển.

- *Xu hướng báo chí*

Không nằm ngoài quy luật trên, từ khi ra đời, báo chí nói chung và truyền hình nói riêng đã liên tục có sự thay đổi để hoàn thiện, thích ứng, gắn với từng thời kỳ lịch sử, từng dấu mốc phát triển của công nghệ. Chính công nghệ

---

1. Xem Collins Dictionary (2023). https://www.collinsdictionary.com/dictionary/english/trend.

1. Xem Lê Minh Quân: "Một số xu hướng chính trị chủ yếu trên thế giới hiện nay và tác động của chúng đối với công cuộc đổi mới ở Việt Nam", Đề tài nghiên cứu cấp bộ, Học viện Chính trị Quốc gia Hồ Chí Minh, 2005, tr.15.

thông tin, công nghệ viễn thông, internet là tác nhân trực tiếp dẫn đến sự bùng nổ thông tin trên toàn cầu, sự thay đổi nhu cầu của công chúng, sự thay đổi của báo chí. Vì thế, việc ra đời các xu hướng báo chí mới vừa đáp ứng yêu cầu thực tế, vừa mang hơi thở của thời đại là một tất yếu khách quan và nó phải trải qua quá trình phát triển lâu dài, đầy thách thức. Minh chứng cho quá trình ấy là sự thích nghi với bối cảnh công nghệ sôi nổi của báo chí. Từ ấn bản đơn điệu của những ngày đầu hình thành thì nay đã có *gói tin tức đa phương tiện* - hình thức thông tin tích hợp nhiều công cụ bổ sung, hỗ trợ, làm nổi bật chủ đề chung; đã có *báo chí di động* - hình thức thông tin sử dụng thiết bị di động để sản xuất và truyền tải; đã có *báo chí xã hội* - hình thức thông tin sử dụng nền tảng truyền thông xã hội để sản xuất và phân phối,...[1]. Tất cả nhằm đáp ứng nhu cầu thông tin ở mọi lúc, mọi nơi, mọi thời điểm, mọi thiết bị của công chúng và cạnh tranh trực tiếp với nền tảng truyền thông xã hội. Đồng thời, củng cố và giành lại vị thế cho báo chí khi kỹ thuật số thay đổi nhanh chóng, tạo ra một thế giới thực và ảo cùng tồn tại. Vậy nên có thể khẳng định, hướng đi mới này đã tác động

---

1. Nguyễn Thị Trường Giang: "Xu hướng phát triển của báo chí trong kỷ nguyên kỹ thuật số", Tạp chí *Người làm báo điện tử*, ngày 22/04/2020. https://nguoilambao.vn/xu-huong-phat-trien-cua-bao-chi-trong-ky-nguyen-ky-thuat-so-n6967.html. Truy cập ngày 27/11/2022.

sâu sắc đến toàn ngành báo chí trên thế giới, cũng như tại Việt Nam. Vì thế, có thể định nghĩa: *Xu hướng báo chí là hướng đi của báo chí trong một thời gian lâu dài, có mục tiêu, ý nghĩa và ảnh hưởng, tác động đến hệ thống báo chí.*

- *Truyền hình*

Thuật ngữ truyền hình (television) có nguồn gốc từ tiếng Latinh và tiếng Hy Lạp. Theo tiếng Hy Lạp, "tele" có nghĩa *ở xa*, "videre" có nghĩa *thấy được*; còn theo tiếng Latinh, "videre" có nghĩa *xem được từ xa*. Ghép hai từ lại với nhau (televidere) có nghĩa *xem được ở xa*. Từ đó, truyền hình được định nghĩa là một hệ thống chuyển đổi hình ảnh (và âm thanh) sang tín hiệu điện tử, truyền qua radio và các thiết bị khác, hiển thị trên màn hình. Theo nghĩa này "truyền hình" vừa được sử dụng như một hoạt động nghề nghiệp hay phương tiện truyền tải hình ảnh và chương trình truyền hình.

Theo dòng chảy của sự phát triển, khái niệm này được nhìn nhận ở nhiều phương diện. Nếu Raymond Williams (năm 1974) định nghĩa truyền hình là hình thức của kỹ thuật và văn hoá thì Andrew Goodwin và Garry Whannel (năm 1999) cho rằng, truyền hình là một loại hình báo chí cung cấp dịch vụ công quốc gia phục vụ quần chúng nhân dân (1999). Nếu Jan Teurlings và Marijke de Valck (năm 2013) coi truyền hình là một phương tiện phát sóng (...), sản xuất định kỳ thì tác giả Dương Xuân Sơn khẳng định, truyền hình là một loại hình truyền thông đại chúng chuyển tải thông tin bằng hình ảnh và âm thanh về một vật thể hoặc một cảnh đi xa bằng sóng vô tuyến điện[1]. Như vậy, một yếu tố quan trọng không thể tách rời của truyền hình là công nghệ và kỹ thuật. Nó vừa là tác nhân, vừa là động lực để truyền hình điều chỉnh, thay đổi, thích ứng với bối cảnh công nghệ kỹ thuật số và văn hoá - xã hội để tạo ra xu hướng truyền hình mới. Vì thế, trong suốt quá trình hình thành và phát triển, nếu xem xét ở góc độ công nghệ truyền tải, chúng ta có truyền hình sóng (Wireless TV) và truyền hình cáp (CATV); nếu xem xét ở góc độ kỹ thuật, ta có truyền hình tương tự (Analog TV) và truyền hình số (Digital TV),...

- *Xu hướng truyền hình*

Ở nước ta hiện nay có 4 loại hình báo chí: báo in, phát thanh, truyền hình và báo mạng điện tử. Truyền hình thuộc một trong bốn loại hình kể trên nên có thể khẳng định: Xu hướng truyền hình là hướng đi của truyền hình trong một thời gian lâu dài, có mục tiêu, ý nghĩa và ảnh hưởng, tác động đến hệ thống truyền hình. Thực tiễn đã chứng minh, mỗi một lần truyền hình rẽ sang hướng đi mới đều hoàn thiện hơn và gắn với một dấu mốc phát triển của kỹ thuật, công nghệ. Như vậy, trải nghiệm xem truyền hình của công chúng hiển nhiên được phong phú,

---

1. Xem Dương Xuân Sơn: *Giáo trình Báo chí truyền hình*, Nxb. Đại học Quốc gia, Hà Nội, 2011, tr.21.

đa dạng hơn. Trước những năm 1980, công nghệ sóng vô tuyến điện giúp truyền hình tuyến tính tồn tại trong một thời gian dài với các chương trình gắn cùng những khung giờ nhất định. Tuy nhiên, sau năm 1980, sự phụ thuộc vào thời gian của phương tiện này được cải thiện gắn với sự ra đời của máy ghi/phát video cassette (VCP/VCR). Nó cho phép khán giả xem chương trình truyền hình vào thời điểm thuận tiện và bỏ qua quảng cáo.

Ngay sau đó, sự xuất hiện của máy ghi video kỹ thuật số (DVR) trong thập kỷ áp chót của thế kỷ XX mang lại sự linh hoạt và tiện lợi cho công chúng. Ngành truyền hình bị chinh phục hoàn toàn bởi nó mang lại nhiều trải nghiệm mới tự do cho người xem như: tính năng phát lại tức thì, tạm dừng hoặc ghi lại các chương trình khi đang trên sóng trực tiếp,... Đầu những năm 1990, nhiều đột phá trong công nghệ máy tính và internet đã cho phép truyền hình phân phối trực tiếp đến công chúng qua nền tảng internet, bỏ qua các phương thức truyền thống như: phát sóng mặt đất, vệ tinh và cáp. Từ cuối năm 2019 cho đến nay, nhân loại chứng kiến sự thay đổi nhanh chóng và sâu sắc của kỹ thuật số tạo ra một thế giới thực và ảo cùng tồn tại, nhất là khi đại dịch Covid-19 diễn ra. Sự lên ngôi của các nền tảng truyền thông xã hội - đánh dấu bằng sự bùng nổ video trực tuyến - khiến truyền hình buộc phải chuyển sang hướng đi mới phù hợp nhằm cải thiện trải nghiệm xem tivi cho khán giả; đồng thời, giành lại vị thế, vai trò của mình.

Như vậy, từ khái niệm và thực tiễn nêu trên, có thể nhận định: nhắc tới xu hướng của một sự vật, hiện tượng là nhắc tới sự vận động và phát triển theo chiều dọc thời gian, mang tính lịch sử của chúng, với hai cách tiếp cận. Ở cách tiếp cận thứ nhất, xu hướng của một sự vật, hiện tượng được chỉ ra dựa vào tiến trình vận động lịch sử của chúng gắn với các mốc thời gian tuyến tính. Ở cách tiếp cận thứ hai, xu hướng của một sự vật, hiện tượng được chỉ ra dựa vào việc xem xét thực trạng của chúng tại một mặt cắt của lịch sử, một mặt đồng đại của lịch sử gắn với các mối quan hệ biện chứng. Trong cuốn sách này, tiếp cận ở góc độ thứ hai: xem xét thực trạng của truyền hình đa nền tảng ở Việt Nam gắn với các mối quan hệ qua lại giữa công nghệ, nhà báo, công chúng,... từ đó chỉ ra và phân tích xu hướng.

1.2. Khái niệm nền tảng kỹ thuật số, truyền hình đa nền tảng

- Nền tảng kỹ thuật số

Sự lên ngôi "hợp thời" của các nền tảng kỹ thuật số (nền tảng trực tuyến) được đánh dấu bằng sự ra đời của Airbnb (năm 2007) - nền tảng kết nối người cần thuê nhà/phòng với người có nhà/phòng cho thuê trên khắp thế giới. Việc phổ biến, áp dụng các nền tảng tương tự như Airbnb gây ra cuộc xung đột về nhiều giá trị công giữa các bên liên quan. Nó không chỉ là kinh tế, mà còn là chính trị và ý thức hệ. Bởi thế, việc xem xét vai trò của các nền tảng trực tuyến trong việc tổ chức xã hội, tổ chức trật tự thế giới khi toàn cầu hoá là quan trọng.

Vậy, nền tảng kỹ thuật số là gì? Trong cuốn *The platform society: Public values in a connective world* (năm 2018) (tạm dịch: *Xã hội nền tảng: Các giá trị công cộng trong một thế giới kết nối*), J.Van Dijck, T Poell, M de Waal định nghĩa: *Nền tảng là một kiến trúc có thể lập trình được thiết kế để tổ chức các tương tác giữa những người dùng*, ví dụ: Uber, Airbnb, Vietcombank, Grap, Techcombank, Facebook, YouTube, Zalo, Viber, Whatsapp, Amazon, Gmail,... Nếu theo khái niệm này, không nên hiểu nền tảng chỉ đơn giản là công cụ công nghệ cho phép thực hiện mọi việc trực tuyến như: trò chuyện, mua sắm, nghe nhạc, hẹn hò, gọi taxi,... bởi đằng sau những hoạt động trực tuyến, nó che giấu một hệ thống hậu cần hợp lý vừa tạo điều kiện thuận lợi, vừa định hình cách chúng ta sống, cách xã hội được tổ chức. Nó được cung cấp năng lượng thông qua dữ liệu; được tự động hóa và tổ chức thông qua các mối quan hệ sở hữu; được thúc đẩy thông qua mô hình kinh doanh; được điều chỉnh thông qua thỏa thuận với người dùng.

Nền tảng kỹ thuật số tự định vị là trung gian kết nối và tập hợp những người dùng khác nhau nhưng không trung lập mà nó tự thiết kế luật chơi và quy định riêng. Thậm chí, nó có thể thao túng, kiểm soát mọi quan hệ mà nó kết nối và có quyền lợi ích từ chính những quan hệ đó.

Cấu trúc

Hình I.1: Cấu trúc của một nền tảng kỹ thuật số

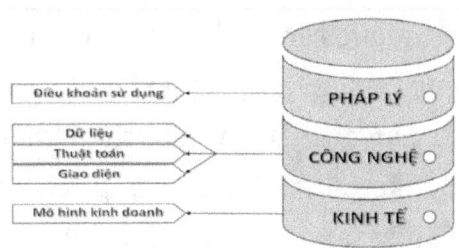

Điều khoản sử dụng: Đây là một loại hợp đồng "giả" nhưng hợp pháp giúp định hình, xác định mối quan hệ giữa nền tảng và người dùng. Nó thường có đặc điểm dài, khó hiểu và thay đổi liên tục. Nó áp đặt chuẩn mực hoặc các giá trị liên quan đến quyền riêng tư - một trong những đặc quyền của chủ sở hữu nền tảng.

Dữ liệu: Các nền tảng tự động thu thập một lượng lớn dữ liệu nội dung và dữ liệu người dùng. Việc thu thập này được kích hoạt, định hình bởi phần cứng và phần mềm trên thiết bị của người dùng, khi họ truy cập dịch vụ do nền tảng cung cấp. Với mỗi lần nhấp chuột, di chuyển con trỏ, chạm,... dữ liệu người dùng được tạo, lưu trữ, tự động phân tích và xử lý.

Thuật toán: Là một thành phần công nghệ quan trọng để xác định kiến trúc liên kết của các nền tảng. Chúng là tập hợp các hướng dẫn tự động để chuyển đổi dữ liệu đầu vào thành đầu ra mong muốn. Ví dụ: News Feed của Facebook xác định nội dung mà bạn sẽ tiếp xúc được tính toán trên cơ sở hoạt động trực tuyến của "bạn bè" và "bạn của bạn bè". Các nền tảng sử dụng thuật toán để tự động lọc lượng nội dung khổng lồ và kết nối người dùng với nội dung, dịch vụ, quảng cáo. Mỗi một nền tảng sẽ có những thuật toán riêng và được giữ bí mật vì mục đích thương mại.

Giao diện: Được thiết kế đẹp, thân thiện với nhiều "nút xã hội" (like, share, icon, đăng ký,...) và "pixel". Thông qua đó, nền tảng không những biết được giao thức internet mà còn biết cả vị trí địa lý, sở thích, thị hiếu, hành vi của người dùng.

Mô hình kinh doanh: Tất cả các nền tảng đều kinh doanh kết nối, dữ liệu người dùng để cá nhân hóa nội dung, dịch vụ, quảng cáo hướng đến khách hàng mục tiêu.

- *Truyền hình đa nền tảng*

Kể từ năm 2015 trở lại đây, trong các nghiên cứu về truyền hình, người ta dần quen với các khái niệm như: *Hybrid TV (HbbTV)* - Hybrid Broadcast Broadband TV (tạm dịch: Truyền hình lai ghép); *IPTV* - Internet Protocol Television (tạm dịch: Truyền hình giao thức internet); *Web-TV* - Internet Tivi (tạm dịch: Truyền hình trực tuyến); *OTT-TV* - Over the Top TV (tạm dịch: Truyền hình internet tốc độ cao); *multi-screening* (tạm dịch: Đa màn hình); *second-screening* (tạm dịch: Màn hình thứ hai); *social TV* (tạm dịch: Truyền hình xã hội). Phải khẳng định rằng, tất cả những khái niệm, định nghĩa kể trên ở mỗi khía cạnh đều đặc trưng cho môi trường tivi đa nền tảng và nhận được sự quan tâm lớn của các nhà báo, các nhà nghiên cứu. Tuy nhiên, nó chưa thực sự nhất quán. Do vậy, để phân loại và bảo đảm sự thống nhất nên tiếp cận chúng ở hai phân khúc: Truyền hình lai ghép - tiếp cận khái niệm dựa trên yếu tố công nghệ, thiết bị - và Truyền hình đa màn hình - tiếp cận khái niệm dựa trên hành vi của công chúng (Xem hình I.2).

Hình I.2. Các cửa hàng tivi kết hợp và đa màn hình

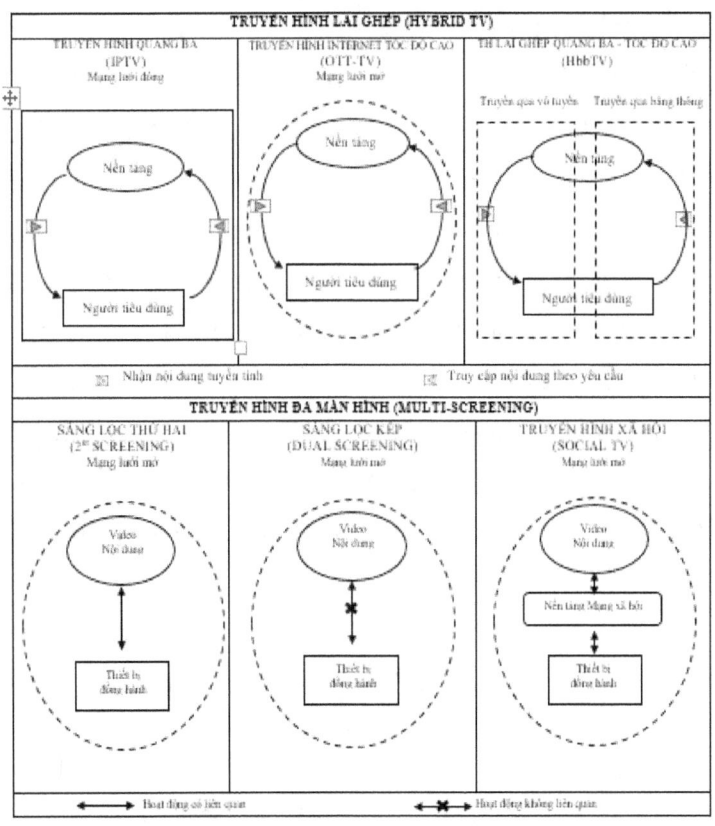

Nguồn: Bohm và cộng sự.

Truyền hình lai ghép - Hybrid TV (Hybrid Broadcast Broadband TV) - là dạng truyền hình có sự kết hợp giữa truyền hình truyền thống và truyền hình internet trên cùng một thiết bị thu, cùng một giao diện hiển thị duy nhất. Đây là khái niệm "có thể dùng chung cho IPTV/HbbTV và OTT-TV với các thành phần phụ của nó"[1]. Phân khúc này nắm toàn bộ các cửa hàng phân phối có sự kết hợp giữa tín hiệu phát sóng tivi và internet. Người dùng có thể đồng thời vừa xem tuyến tính, vừa truy cập nội dung theo yêu cầu.

Truyền hình giao thức internet - IPTV (Internet Protocol Television) - là dạng truyền hình truyền tín hiệu phát sóng tuyến tính qua đường internet tốc độ cao. Khái niệm này đề cập đến việc phân phối nội dung nghe, nhìn qua mạng. Và mạng đó – phải là mạng đóng – được nhà đài quản lý, kiểm soát tín hiệu đường truyền cao hơn so với những loại chuyển tiếp dựa trên mạng mở. Việc phân phối nội dung nghe, nhìn mà không có sự quản lý, kiểm soát tín hiệu đường truyền của nhà đài được gọi là OTT-TV (Over The Top - Television). Vì vậy, Web-TV, Mobile-TV, Widget-TV, App-TV, Catch-Up TV, TV Everywhere là dạng phụ của OTT-TV bởi nó đều liên quan đến thiết bị của người dùng và đem lại trải nghiệm

---

1. Xem Brecht, R., Busch G., Chardon, C., Freyer, U., Hornbostel, A., Karanas, A. và cộng sự: *White Book Hybrid TV/Smart TV: Smart TV Working Group of the German TV-Platform.* Frankfurt: German TV-Platform, 2012.

xem tivi ở mọi lúc, mọi nơi, mọi thời điểm cho họ. Có một sự kết hợp khác theo tiêu chuẩn công nghệ châu Âu giữa tín hiệu phát sóng và internet băng thông rộng là HbbTV mở. Nó dựa trên tiêu chuẩn hiện có của web và băng thông rộng (HyperText Markup Language - HTML) để cung cấp dịch vụ video theo yêu cầu, tương tác quảng cáo, cá nhân hoá và mạng xã hội.

Đa màn hình/truyền hình đa màn hình (Multi-screening) là khái niệm dùng chung cho hoạt động xem các nội dung nghe, nhìn trên cùng lúc nhiều màn hình (Xem Hình I.2). Sàng lọc thứ hai (2^{nt} Screening) là việc sử dụng thiết bị kỹ thuật số (điện thoại thông minh/máy tính xách tay,...) truy cập internet để xem truyền hình (tivi truyền thống là sàng lọc thứ nhất) hay vào các trang mạng xã hội nhằm lấy thêm thông tin hoặc thảo luận về chương trình đang theo dõi. Sàng lọc kép (Dual screening) là việc sử dụng nhiều màn hình cùng một thời điểm. Có thể gọi nó là đa màn hình, xếp chồng màn hình hoặc đa nhiệm phương tiện. Nếu sàng lọc thứ hai nhấn mạnh đến các hoạt động song song với việc xem truyền hình thì sàng lọc kép lại nhấn mạnh đến tính liên quan đến các hoạt động này với nội dung nghe nhìn. Bởi vậy, các đài truyền hình sẽ quan tâm hơn đến Sàng lọc thứ hai hơn Sàng lọc kép, mặc dù cả hai hoạt động này đều có thể xảy ra. Bên cạnh đó, sự kết hợp giữa nội dung nghe, nhìn và mạng xã hội thường được gọi là Truyền hình xã hội - Social TV. Nói chung, Sàng lọc thứ hai,

Sàng lọc kép, Truyền hình Xã hội hoặc Kết nối xem được đề cập đến việc sử dụng ít nhất một thiết bị kỹ thuật số đồng hành trong quá trình xem âm thanh/hình ảnh tuyến tính trên tivi. Do vậy, ta có thể dùng thuật ngữ chung cho dạng này là đa sàng lọc.

Tóm lại, sự khác biệt giữa Truyền hình lai ghép và Truyền hình đa màn hình mô tả quá trình phát triển của truyền hình đa nền tảng dưới góc độ công nghệ cũng như hành vi của công chúng. Đồng thời, cho thấy nhu cầu xem/truy cập nội dung nghe, nhìn của khán giả ngày càng tăng lên và phong phú, đa dạng hơn. Tuy nhiên, sẽ chưa thực sự đầy đủ nếu chỉ tiếp cận khái niệm truyền hình đa nền tảng ở hai góc độ kể trên. Bởi như vậy, hiển nhiên thiếu đi một thành tố quan trọng là: vai trò tổ chức sản xuất của các đài truyền hình, nhất là giữa bối cảnh bùng nổ thông tin trên nhiều nền tảng truyền thông xã hội, nhà đài nên sản xuất cái gì, lấy đề tài từ đâu, cách phân phối như thế nào, dựa vào các nền tảng kỹ thuật số ra sao,... để gây sự "chú ý" cho sản phẩm truyền hình.

Do vậy, khái niệm này nên được định nghĩa như sau: *Truyền hình đa nền tảng là xu hướng cộng sinh giữa truyền hình và các nền tảng kỹ thuật số để sản xuất, phân phối và tiêu thụ truyền hình nhằm đáp ứng nhu cầu thông tin và trải nghiệm xem của công chúng.*

Khái niệm này về cơ bản tiếp cận ở cả ba khía cạnh: công nghệ; tổ chức sản xuất; công chúng. Thuật ngữ "cộng sinh" (symbiosis) được hiểu là sự hợp tác giữa truyền hình và các nền tảng kỹ thuật số để duy trì lợi ích của hai bên. Nền tảng kỹ thuật số ở đây có thể là các trang mạng (Web) phát triển dựa vào internet như: Facebook, Twitter, VTVgo, YouTube, Gmail, WhatsApp, Google, Amazon, Gmail,... Với truyền hình đa nền tảng, các nhà đài sẽ tận dụng được nhiều ưu việt nổi trội trong chiến lược công nghệ của nền tảng, sử dụng chúng như một kênh phân phối, tiêu thụ. Quy trình tổ chức sản xuất của truyền hình thay đổi khi có sự tham gia của đối tác mới (các nền tảng kỹ thuật số) và công chúng online. Nếu các nền tảng tham gia vào quy trình tổ chức sản xuất của truyền hình bằng cơ chế và thuật toán thì công chúng online tham gia bằng sự tương tác, kiến tạo thông tin và trực tiếp sản xuất video rồi đăng trên các nền tảng. Trong quy trình đó, nhà báo buộc phải thích nghi bằng cách chọn lựa nội dung phù hợp để sản xuất; điều chỉnh việc phân phối để giảm tối đa sự lệ thuộc vào nền tảng; từ đó, hướng tới việc đáp ứng nhu cầu phong phú, đa dạng - không chỉ về nội dung, mà còn cả trải nghiệm xem trên nhiều màn hình, nhiều thiết bị, mọi lúc, mọi nơi, mọi thời điểm - của công chúng.

Đồng thời, khái niệm cũng tiếp tục khẳng định thêm một lần nữa sự phát triển của truyền hình gắn liền với những bước tiến của khoa học và công nghệ. Nếu truyền hình tuyến tính/truyền hình truyền thống dựa trên công nghệ viễn thông (thu nhận tín hiệu sóng, tín hiệu vô tuyến hoặc hữu tuyến để chuyển thành hình ảnh và âm thanh) thì truyền hình đa nền tảng dựa trên sự hội tụ của công nghệ viễn thông, công nghệ thông tin, đặc biệt là internet. Tiếp cận như vậy có thể nhận định, sự xuất hiện của web 2.0 (web tham gia/web xã hội) vào năm 1999 đánh dấu sự ra đời và phát triển của truyền hình đa nền tảng. Do vậy, nét khu biệt tiêu biểu giữa truyền hình truyền thống và truyền hình đa nền tảng nằm ở những khía cạnh sau:

Phương thức truyền dẫn: Truyền hình truyền thống sử dụng cách lan truyền sóng (giai đoạn 1950 - 1970) và cáp, vệ tinh, VCR - Video Cassette Recorder (giai đoạn 1975 - 1999). Bắt đầu từ năm 1999 đến nay, truyền hình đa nền tảng sử dụng thiết bị ghi hình kỹ thuật số - DVR (Digital Video Recorder), video theo yêu cầu - VOD (Video on Demand), truyền hình Internet - IPTV (Internet Protocol TV).

Phạm vi: Truyền hình truyền thống có phạm vi quốc gia (giai đoạn 1950 - 1970), đa quốc gia (giai đoạn 1975 - 1999). Truyền hình đa nền tảng có phạm vi toàn cầu bao gồm các tổ chức truyền hình và "nhà sản xuất" là những khán giả/người dùng.

Thiết bị: Truyền hình truyền thống sử dụng quay số cố định (giai đoạn 1950 - 1970), thiết bị điều khiển từ xa (giai đoạn 1975 - 1999). Truyền hình đa nền tảng sử dụng các bản nhớ (lưu trữ trên công nghệ đám mây, big data,...) và thiết bị ghi video kỹ thuật số (TiVO).

Thời gian xem: Truyền hình truyền thống phải xem tuyến tính (giai đoạn 1950 - 1970) và được dịch chuyển (giai đoạn 1975 - 1999). Truyền hình đa nền tảng xem theo nhu cầu của khán giả.

Nội dung: Truyền hình truyền thống thường khan hiếm nội dung và bị nhà đài áp đặt (giai đoạn 1950 - 1970). Đến giai đoạn 1970 - 1975, nội dung bắt đầu phong phú hơn và khán giả cũng dần kiểm soát được nội dung. Từ năm 1999 đến nay, nội dung của truyền hình đa nền tảng không giới hạn và được siêu dữ liệu, bộ lọc kiểm soát.

Khán giả: Khán giả của truyền hình truyền thống là khán giả đại chúng (giai đoạn 1950 - 1970) và được phân đoạn (giai đoạn 1970 - 1975). Ngược lại, khán giả của truyền hình đa nền tảng lại bị phân mảnh, cá nhân hoá.

Đối với quy trình tổ chức sản xuất, nếu truyền hình truyền thống bắt buộc nhà báo và các tổ chức thâm nhập thực tế để tìm hiểu, xác minh, sản xuất và phân phối trên một kênh sóng truyền thống thì truyền hình đa nền tảng sẽ khác hơn. Vẫn thực hiện các quy trình như truyền hình truyền thống song có sự tham gia của các nền tảng truyền thông và phân phối trên chính những nền tảng đó. Hiểu một cách đơn giản ở bối cảnh nền tảng đang là trung tâm, truyền hình khai thác những thế mạnh của chúng, coi chúng như một kênh phân phối của truyền hình song song với các kênh sóng truyền thống. Biểu hiện rõ nhất của việc này là các chiến lược cộng sinh sẽ đề cập ở Chương II.

- Tiêu chí nhận diện sản phẩm truyền hình đa nền tảng

Bên cạnh những tiêu chí vốn có của một loại hình báo chí, truyền hình đa nền tảng có thêm những tiêu chí riêng về mặt hình thức của video thành phẩm khi phân phối trên các nền tảng kỹ thuật số. Những tiêu chí nhận diện này gắn liền với nhiều tác vụ/quy định trong điều khoản của từng nền tảng. Đây là căn cứ quan trọng để có thể đánh giá thành công, hạn chế và nguyên nhân của xu hướng truyền hình đa nền tảng ở Việt Nam khi khảo sát Truyền hình Việt Nam, được tổng hợp và khái quát theo Bảng I.1:

Bảng 1.1: Tiêu chí nhận diện cơ bản về hình thức của video truyền hình đa nền tảng khi đăng trên VTVgo, Facebook, YouTube

Hình thức của tin/phóng sự		VTVgo	Facebook	YouTube
Tỷ lệ khung hình		16:9	16:9	16:9
Kích thước tối thiểu (Pixel)		1280 x 720	1280 x 720	1920 x 1080
Hình thu nhỏ của video có văn bản		< 30%	< 20%	< 30%
Giới hạn ký tự	Tiêu đề (1)	Không giới hạn	25	60
	Mô tả liên kết (2)	Không giới hạn	30	5000
	Caption (3)	Không giới hạn	125	-/-

Hình thức của tin/phóng sự		VTVgo	Facebook	YouTube
	Nội dung của (1), (2), (3)	Tên chương trình	Tiêu đề và Văn bản	Tiêu đề và Mô tả liên kết
	Phong cách của (1), (2), (3)	-/-	Hài hước, trào phúng	-/-
Lưu trữ (số GB)		Không giới hạn	≤ 4	Không giới hạn
Đính kèm	Link nguồn https://VTV.vn	Không	Có	Có
	Bảng hiệu kỹ thuật số (VTV)	Có	Có	Có
Gắn Hashtag nội dung (#)		Không	Có	Có
Bật chế độ phụ đề		Có	Có	Có
Tác vụ thẻ	Card (thẻ)	Không	Không	Có
	End screen (kết màn hình)	Không	Không	Có
	Time Lapbles (dấu thời gian)	Không	Không	Có
Định dạng tệp video		.MP4 (H.264)	.MOV hoặc .MP4	.MOV; .MPEG-2; .MPEG4; .MPG; .AVI; .WMV; .MPEGPS; .FLV; .3GPP;

Hình thức của tin/phóng sự	VTVgo	Facebook	YouTube
			.WebM; .DNxHR; .ProRes; .CineForm; .HEVC(H265)
Tạo đoạn video ngắn	Không	Thỉnh thoảng (Facebook Reels)	Thỉnh thoảng (YouTube Short)

1.3. Một số nền tảng được truyền hình cộng sinh

Như đã trình bày ở trên, nền tảng truyền thông là một kiến trúc có thể lập trình, được thiết kế để tổ chức các tương tác giữa những người dùng. Thuật ngữ này ở mỗi quốc gia có những cách gọi khác nhau nhưng phổ biến nhất là nền tảng kỹ thuật số, nền tảng truyền thông xã hội, nền tảng mạng xã hội,... Theo khái niệm, nó được thiết kế nhằm kết nối và chia sẻ thông tin cho một nhóm người có những điểm chung như: nghề nghiệp, công việc, sở thích hoặc một mối liên hệ nào đó. Với tốc độ phát triển mạnh như vũ bão, nhất là sau đại dịch Covid-19, các nền tảng truyền thông lại càng hoàn thiện hơn và trở thành các siêu nền tảng. Cũng vì mức độ phổ biến, hoàn thiện, ưu thế vượt trội mà nhiều tổ chức, cá nhân đã tạo tài khoản và sử dụng chúng như một tiện ích công nghệ hiện đại. Các tổ truyền hình cũng vậy. Họ đăng ký với tư cách người dùng tổ chức như: CNN (Mỹ), BBC (Vương quốc Liên hiệp Anh và Bắc Ireland), VTV (Việt Nam), NHK (Nhật Bản),... Với đặc thù là một loại hình báo chí truyền tải thông điệp bằng hình ảnh động đầy đủ sắc màu vốn có từ cuộc sống, cùng lời nói, âm nhạc, tiếng động, truyền hình thường chọn lựa những nền tảng đáp ứng được đặc thù cơ bản này. Nói một cách dễ hiểu, những nền tảng truyền thông xã hội thoả mãn các thông số kỹ thuật của video thành phẩm sẽ được truyền hình cộng sinh. Có thể giới thiệu và mô tả một số nền tảng cụ thể sau:

- *Nền tảng Facebook*

Facebook là phương tiện truyền thông xã hội và dịch vụ mạng xã hội trực tuyến thành lập vào năm 2004, thuộc sở hữu của Meta Platforms, có trụ sở tại Menlo Park, California; được Mark Zuckerberg cùng với các sinh viên Đại học Harvard và bạn cùng phòng là Eduardo Saverin, Andrew McCollum, Dustin Moskovitz, Chris Hughes sáng lập. Đây được coi là một trong những công ty công nghệ Big Five cùng với Amazon, Apple, Microsoft và Google.

- *Nền tảng Youtube*

YouTube là một nền tảng truyền thông xã hội và chia sẻ video trực tuyến của Mỹ, thuộc sở hữu của Google. Đây là trang web được truy cập nhiều thứ hai, sau Google. Theo Vietnam+, YouTube có hơn một tỷ người dùng hằng tháng, những người này xem chung hơn một tỷ giờ video/ngày. Kể từ tháng 5/2019, video được tải lên với tốc độ hơn 500 giờ nội dung/phút.

- *Nền tảng Instagram*

Instagram là ứng dụng chia sẻ hình ảnh và video miễn phí. Người dùng có thể tải ảnh, video để chia sẻ với bạn bè hoặc xem, bình luận bài viết của nhóm bạn bè có chọn lọc. Instagram là một mạng xã hội chia sẻ hình ảnh và video của Mỹ, do Kevin Systrom và Mike Krieger thành lập vào tháng 10/2010. Ứng dụng cho phép người dùng tải lên các phương tiện có thể được chỉnh sửa bằng các bộ lọc và được sắp xếp theo các thẻ bắt đầu bằng hastag (#) và gắn thẻ địa lý.

- *Nền tảng Twitter*

Twitter là cách dễ nhất cho các CEO, các nhà marketing, những chuyên gia kinh doanh, doanh nghiệp hay tổ chức truyền hình dù bận rộn với nhiều công việc cũng có thể đưa ra thông điệp của mình. Twitter giống như một tiểu blog (microblogging) cho phép tạo ra thông tin nhanh, dưới dạng hội thoại "copy" bằng cách tweet và retweet những liên kết trỏ tới nguồn của cuộc hội thoại (webstie và blog).

- *Nền tảng Pinterest*

Pinterest là website chia sẻ hình ảnh và truyền thông xã hội được thiết kế để cho phép lưu và khám phá thông tin (cụ thể là "ý tưởng") trên internet bằng cách sử dụng hình ảnh và ở quy mô nhỏ hơn, GIF động và video, dưới dạng bảng ghim. Trang web được tạo bởi Ben

Silbermann, Paul Sciarra và Evan Sharp; có hơn 478 triệu người dùng hoạt động hằng tháng trên toàn cầu tính đến tháng 3/2023.

- *Nền tảng Tiktok*

TikTok là mạng xã hội tập trung vào video thuộc sở hữu của ByteDance Ltd., Trung Quốc. Tiktok chủ yếu phát triển nhiều video người dùng dạng ngắn từ các thể loại như chơi xấu, pha nguy hiểm, thủ thuật, truyện cười, khiêu vũ và giải trí với thời lượng từ 15 giây đến ba phút. Hiện nay, Tiktok đã cho phép đăng tải video lên đến 10 phút/hoạt động nhằm cạnh tranh với những đối thủ video lớn hơn trên YouTube, Facebook Watch,...

Những nền tảng kể trên là những nền tảng bên ngoài, không thuộc tổ chức truyền hình, hay còn gọi là nền tảng xuyên biên giới. Sau một thời gian tạo tài khoản và sử dụng, nhiều tổ chức truyền hình nhận thấy, nếu dựa hoàn toàn vào những nền tảng này sẽ dẫn đến nguy cơ bị phụ thuộc, mất đi tính độc lập của báo chí. Vì vậy, họ đã bắt đầu thuê các chuyên gia công nghệ thiết kế một nền tảng riêng cho tổ chức mình với những tính năng tương tự các nền tảng truyền thông. Chưa thể khẳng định những nền tảng riêng của truyền hình khi tham gia vào hệ sinh thái nền tảng với tư cách là một chủ thể độc lập hiệu quả được đến đâu. Nhưng trước mắt, nó đã có những bước tiến dù chậm song đủ mạnh để cạnh tranh trong một xã hội hệ nền tảng.

2. Vai trò, nguyên tắc, mối quan hệ

2.1. Vai trò

Bên cạnh những vai trò chung của một loại hình báo chí, truyền hình đa nền tảng còn có nhiều tác động, chức năng riêng trong hoạt động và phát triển của truyền hình, cụ thể:

- *Giải phóng băng thông*

Truyền hình đa nền tảng giải phóng băng thông và không phụ thuộc vào nguồn cấp dữ liệu liên tục. Băng thông ở đây được hiểu là lượng dữ liệu được truyền qua thiết bị truyền dẫn/giây. Nó càng lớn thì tốc độ truyền dữ liệu càng nhanh. Hơn nữa, truyền hình đa nền tảng có khả năng lưu trữ lớn. Do vậy, công chúng có thể truy cập nội dung nhanh chóng, tiện lợi khi có nhu cầu. Ở chiều ngược lại, với hoạt động kinh tế, truyền hình đa nền tảng hoàn toàn có thể tạo bức tường phí cung cấp dịch vụ theo yêu cầu một cách hiệu quả.

- *Tăng độ nét cho các sản phẩm truyền hình*

Truyền hình đa nền tảng hỗ trợ việc xem tivi với độ nét cao (high definition) trên mọi thiết bị. Độ phân giải của các sản phẩm truyền hình càng tốt (1280 x 720 pixel) sẽ giúp khán giả hài lòng hơn về dịch vụ của nhà đài. Đồng thời, không phát sinh việc phải bảo trì, bảo dưỡng kỹ thuật đường truyền và góp phần giữ chỗ đứng cho những video chuyên nghiệp trong lòng khán giả ở môi trường kỹ thuật số hiện đại.

- Củng cố thương hiệu của nhà đài thông qua bảng hiệu kỹ thuật số

Truyền hình đa nền tảng có thể tạo ra những bảng hiệu kỹ thuật số dễ dàng; thông qua đó, nhà đài quảng bá tên, logo, link dẫn đến trang chủ,... và phổ biến chúng rộng rãi trên không gian mạng. Cùng với nội dung sản phẩm, biển báo một mặt tạo dựng niềm tin, sự trung thành, sự công nhận thương hiệu của nhà đài cho công chúng; mặt khác, nó giúp họ dễ dàng nhận ra những thay đổi liên quan đến tên, logo,... Thậm chí, bảng hiệu còn hoạt động như một loại quảng cáo giúp kích thích thị giác của những công chúng chưa chú ý đến các đài truyền hình.

- Thu hút công chúng trẻ và công chúng thích trải nghiệm công nghệ

Bằng cách phân phối nội dung trên nhiều nền tảng và tương thích với mọi thiết bị di động, các đài truyền hình dễ dàng thu hút được khách hàng trẻ tuổi hoặc những người thích trải nghiệm công nghệ. Bởi phần lớn thời gian tổ chức sinh hoạt sống của họ như học tập, làm việc, xem tivi,... đều diễn ra trên các thiết bị di động (điện thoại, máy tính bảng, máy tính xách tay,...). Xuất phát từ vai trò này, xu hướng "hài hước hoá" tin tức của nhiều nhà đài ra đời hướng đến việc lôi cuốn, gây sự chú ý cho giới trẻ và nhóm những người đam mê công nghệ.

- Thu thập dữ liệu khán giả để sản xuất đúng nhu cầu

Một trong những thế mạnh siêu khủng của các nền tảng kỹ thuật số, tồn tại dựa vào internet đó là: thứ nguyên thời gian thực của các luồng dữ liệu. Nó có thể ngay lập tức cập nhật chính xác sở thích, nhu cầu, số lượng người truy cập vào các loại nội dung, các loại video, chủ đề được nhiều người quan tâm,... ở từng thời điểm. Do vậy dưới góc độ tích cực, nếu truyền hình cộng sinh cùng các nền tảng thì việc sản xuất nội dung sẽ gần với nhu cầu của công chúng hơn và phân phối trúng đối tượng đích hơn.

- *Kích thích việc tìm kiếm, khám phá cho công chúng*

Khác với truyền hình truyền thống, truyền hình đa nền tảng hỗ trợ đắc lực cho khán giả trong việc tìm kiếm, khám phá nội dung theo tiêu đề, theo ngày tháng, theo thể loại và nhiều tiện ích khác. Hơn nữa, nhờ vào trí thông minh nhân tạo, truyền hình đa nền tảng còn đưa ra nhiều đề xuất dựa trên các lựa chọn xem trước đây để giúp công chúng khám phá nội dung mới. Khi thường xuyên tìm thấy những nội dung yêu thích qua dịch vụ truyền hình thì họ sẽ gắn bó hơn, tin tưởng hơn với thương hiệu của các nhà đài.

- *Cải thiện trải nghiệm xem cho khán giả*

Điểm khác biệt lớn trong trải nghiệm xem tivi của truyền hình đa nền tảng so với truyền hình tuyến tính là: xem theo lịch trình của từng khán giả. Công chúng được thỏa thích xem theo nhu cầu, bất cứ lúc nào, ở đâu, quãng thời gian nào trong ngày. Hơn nữa, ở góc độ kỹ thuật, truyền hình đa nền tảng vô cùng thân thiện với khán giả. Họ chỉ cần bấm một vài thao tác là có thể xem và không cần dùng đầu ghi hình DVR (Digital Video Recorder) để ghi lại chương trình mình thích nếu muốn xem lại/lưu trữ/xem khi có thời gian như trải nghiệm của truyền hình truyền thống.

- Tăng mức độ tương tác

Về cơ bản, việc sản xuất, phân phối và tiêu thụ của truyền hình đa nền tảng đều hướng đến mục tiêu tăng và cải thiện mức độ tương tác của khán giả. Các tính năng bổ sung như: thích, bình luận, chia sẻ, bày tỏ cảm xúc, theo dõi, đăng ký, phát trực tuyến,... ở giao diện trên ứng dụng của truyền hình đa nền tảng không những đơn giản, thân thiện mà còn rất dễ sử dụng và hấp dẫn. Đây chính là một tính năng khá tốt của truyền hình đa nền tảng dựa trên cơ sở trí thông minh nhân tạo và thuật toán.

- Tạo cơ hội cho hoạt động kinh tế truyền hình

Truyền hình đa nền tảng không những giúp thêm tiền từ số lượng đăng ký trực tuyến tăng lên, mà còn tính thêm phí từ những dịch vụ bổ sung hoặc xem video theo yêu cầu. Mặt khác, truyền hình đa nền tảng giúp các sản phẩm của mình tồn tại lâu hơn trên môi trường kỹ thuật số. Bởi vậy, lợi ích có thể đến từ việc quảng cáo cho dù bị phân mảnh và từ uy tín thương hiệu của các nhà đài. Các yếu tố kể trên nếu biết khai thác sẽ tạo ra nhiều cơ hội cho hoạt động kinh tế - đang gặp nhiều khó khăn - trong bối cảnh các nền tảng lên ngôi.

2.2. Nguyên tắc

- Bảo đảm phạm vi bao phủ toàn cầu

Bảo đảm phạm vi bao phủ toàn cầu là nguyên tắc quan trọng nhất của truyền hình đa nền tảng. Hay nói cách khác, đa nền tảng là tính phổ biến mới của truyền hình, nhất là trong bối cảnh xã hội của kỷ nguyên kỹ thuật số, khi dịch vụ truyền thông phát triển, thói quen truyền thông của khán giả thay đổi và phân tán mạnh mẽ, đa dạng. Việc tiếp cận thông tin, giao tiếp xã hội của công chúng không chỉ dừng lại ở mỗi quốc gia mà ở cấp độ toàn cầu, không còn khan hiếm nữa. Do vậy, tính phổ biến cần được giải quyết trên toàn bộ các nền tảng truyền thông để tổng hợp đủ các phân khúc nhằm tiếp cận công chúng. Cũng có thể lập luận rằng: bằng cách phân phối nội dung được tái bản, truyền hình sẽ kéo dài thời gian tồn tại, phạm vi tiếp cận của các sản phẩm trên nhiều nền tảng. Từ đó, nó góp phần tối ưu hoá chức năng, nhiệm vụ, giá trị cốt lõi của báo chí nói chung và truyền hình nói riêng. Tuy nhiên, với chi phí của bên thứ ba liên quan đến các nền tảng, điều kiện cần thiết để tính phổ biến trở nên tuyệt đối là tiếp tục phát sóng miễn phí[1]. Vậy làm thế nào để hoạt động kinh tế truyền hình diễn

---

1. Xem Mary Debrett: "Riding the wave: public service television in the multi-platform era", *Media, Culture & Society*, tập 31, số 05/2009, 807-827. https://www.researchgate.net/publication/240707967.

ra thuận lợi nhưng vẫn bảo đảm hình thức phân phối phù hợp với lối sống hiện đại, mục tiêu phổ cập; đồng thời, định hướng khán giả đến với truyền hình đa nền tảng? Đây là câu hỏi lớn của các nhà đài.

- *Bảo đảm việc đưa tin công bằng và thời sự*

Cũng giống như truyền hình truyền thống, nguyên tắc này thường được hiểu là nhìn nhận một vấn đề/câu chuyện khách quan ở nhiều góc độ, khía cạnh khác nhau; không thiên vị hay bỏ qua bất kỳ một yếu tố cụ thể nào của vấn đề/câu chuyện. Khách quan và không thiên vị là hai yếu tố quan trọng của sự công bằng. Nói cách khác, nó đòi hỏi sự độc lập của truyền hình đa nền tảng với lợi ích thương mại hoặc cơ quan quản lý nhà nước. Tin tức công bằng, thời sự và chất lượng tốt thường đi đôi với tính phổ biến. Nó được tái bản nhiều lần để phân phối chéo mang lại nguồn doanh thu hấp dẫn cho truyền hình; song lại dễ bị tổn thương (phân mảnh, chia nhỏ các nguồn tài trợ,...) bởi cách phân phối biểu mẫu chéo. Tin tức công bằng, thời sự đặc biệt quan trọng trong việc xây dựng thương hiệu cho các cơ quan truyền hình, tính toàn vẹn của tin tức khi tồn tại ở môi trường kỹ thuật số phát triển sôi nổi, cạnh tranh và nhiều cám dỗ thương mại.

- *Bảo đảm việc phục vụ lợi ích của thiểu số*

Với truyền hình đa nền tảng, mục tiêu phục vụ các lợi ích đa dạng của xã hội đa nguyên trên một kênh duy nhất đã được giảm tải rõ rệt. Thay vào đó, nó có nhiều kênh phân phối, sản xuất nội dung sát nhu cầu của từng nhóm khán giả mục tiêu và cho phép quảng cáo chéo nội dung của từng nhóm đến mọi đối tượng khán giả. Mặt khác, giao diện của truyền hình đa nền tảng vừa thân thiện, vừa đa năng, không những đáp ứng được độ phức tạp của sự phân mảnh văn hoá mà còn đáp ứng được sự cá nhân hoá của phương tiện kỹ thuật số theo nhu cầu công chúng. Bảo đảm việc phục vụ lợi ích của nhóm thiểu số cũng chính là bảo đảm tính toàn diện và chức năng văn hoá của truyền hình.

- *Bảo đảm việc phản ánh bản sắc văn hoá quốc gia, dân tộc*

Truyền hình đa nền tảng phải bảo đảm việc phản ánh bản sắc văn hoá quốc gia, dân tộc trên các nền tảng hoạt động xuyên biên giới. Cụ thể, nó tham gia xây dựng, bảo vệ và quảng bá hình ảnh đất nước, văn hoá, con người của mỗi quốc gia trên phạm vi toàn cầu. Nguyên tắc này liên quan mật thiết đến văn hoá và kinh tế khi truyền hình đa nền tảng cạnh tranh thu hút một phần phân mảnh khán giả với các nền tảng truyền thông xã hội. Các tập đoàn kinh tế tư nhân - chủ sở hữu của các nền tảng xuyên biên giới - dựa vào công nghệ kỹ thuật số để làm gia tăng lợi nhuận theo quy mô từ dữ liệu nội dung, cạnh tranh thị phần quảng cáo, dữ liệu khán giả,... Do vậy, nguyên tắc này vừa giúp các đài truyền hình công quốc gia đạt mục tiêu quảng bá nhờ hoạt động hợp tác, liên kết; vừa vô hiệu hoá quyền lực của các nền tảng nhờ vào việc sản xuất các chương trình mang tính địa phương - nơi mà cánh tay công nghệ của nền tảng chưa với tới.

- Bảo đảm việc cung cấp nội dung chất lượng, sáng tạo

Với những đặc điểm nội tại của các nền tảng như: có thể cá nhân hoá, tương tác, tìm kiếm, chia sẻ, di động,…, truyền hình đa nền tảng hiển nhiên được thêm nhiều lợi thế nếu tập trung hơn nữa vào đầu tư chất lượng nội dung. Có nghĩa rằng, nó không chỉ bắt nhịp được xu hướng cập nhật thông tin mà còn bảo đảm được quy mô và chiều sâu của vấn đề. Năm 2017, cả thế giới chứng kiến sự "bùng nổ" của video trực tuyến (Facebook cho ra đời tính năng Livestream) do người dùng tạo và đẩy lên các nền tảng. Vì thế, nó mở ra cơ hội cho truyền hình cung cấp video nội dung chuyên nghiệp, sáng tạo để giành thị phần khán giả. Chỉ khi có được những video có nội dung chính xác, kịp thời, hấp dẫn, đa chiều, được cắt dựng cẩn thận,… đúng giá trị cốt lõi của tin tức thì mới đủ sức để cạnh tranh trong môi trường truyền thông số sôi động nhằm giữ vị thế và thu hút khán giả. Sự sáng tạo của truyền hình đa nền tảng ngoài cách hiểu thông thường trong môi trường công nghệ số, nó nên được hiểu thêm là hướng đến việc "hài hước hoá" tin tức nhằm thu hút nhóm khán giả trẻ tuổi/nhóm khán giả ưa thích công nghệ. Đồng thời, tập trung vào các phóng sự điều tra - một trong những thế mạnh độc quyền của báo chí, truyền hình - từ đó gây được sự chú ý, chinh phục khán giả trên môi trường internet.

2.3. Mối quan hệ

- Cơ chế của nền tảng kỹ thuật số
+ Cơ chế dữ liệu hoá

Theo Mayer Schonberger và Cukier, dữ liệu hoá đề cập đến khả năng của các nền tảng được kết nối mạng để chuyển thành dữ liệu ở nhiều khía cạnh của thế giới mà trước đây chưa từng được định lượng. Nó không chỉ thu thập dữ liệu nhân khẩu học, hồ sơ người dùng, hay phương án trả lời từ các cuộc khảo sát trực tuyến, mà còn có siêu dữ liệu hành vi được lấy tự động từ các thiết bị thông minh như: dấu thời gian, vị trí,... Mọi hình thức tương tác (nhấp chuột, di chuyển con trỏ, chạm vào màn hình cảm ứng,...) của người dùng đều được nền tảng ghi lại dưới dạng dữ liệu và thông qua các nút xã hội: "xếp hạng", "trả tiền", "đăng ký", "xem", "hẹn hò", "tìm kiếm", "kết bạn", "theo dõi", "thích", "đăng", "bình luận", "chuyển tiếp tin nhắn",... Dữ liệu hoá đem lại tiềm năng phát triển kỹ thuật phân tích dự đoán và theo thời gian thực - yếu tố vô cùng quan trọng để phân phối quảng cáo và dịch vụ.

Sức hấp dẫn của các nền tảng trực tuyến còn nằm ở chỗ, dữ liệu không phải là dữ liệu thô mà được xử lý trước thông qua cơ chế thu thập của nền tảng. Quan sát giao diện của người dùng, chúng ta có thể thấy, nền tảng không chỉ đơn thuần "đo lường" những cảm xúc, suy nghĩ và hiệu suất nhất định mà còn kích hoạt và định hình chúng thông qua các "nút xã hội"[1]. Bởi thế, José van Dick và cộng sự khẳng định, dữ liệu hoá là một chiến lược công nghệ thương mại do chủ sở hữu nền tảng triển khai nhưng cũng được coi là một hoạt động của người dùng. Điều đó có nghĩa rằng: giá trị kinh tế và công khai của dữ liệu hoá chính là *thứ nguyên thời gian thực của các luồng dữ liệu*. Các nền tảng, đặc biệt là các nền tảng cơ sở hạ tầng (Google, Facebook, Amazon, Apple, Microsoft) ngay lập tức có thể theo dõi hành vi của cá nhân, nhóm, rồi tổng hợp, phân tích và dịch kết quả cho người dùng, nhà tiếp thị, nhà quảng cáo, các tổ chức. Đồng thời, nó kiểm soát việc lưu thông đến và đi của dữ liệu thông qua các trang mạng (Web), các ứng dụng (App) và số lượng người dùng. Ứng dụng thứ ba - nền tảng ngành (ví dụ: VTVgo, Grab, Be, PC-Covid,...) - muốn truy cập dữ liệu thì phải mua hoặc là đối tác chính mới được truy cập và cũng chỉ được sử dụng một phần nhỏ dữ liệu. Thế nên, chúng có sức mạnh to lớn nhờ vào khả năng kết nối và kết hợp nhiều luồng dữ liệu trên môi trường trực tuyến.

Việc trao đổi dữ liệu liên tục thông qua các nền tảng cho ra đời một loại ý thức mới về không gian ảo, nơi người dùng nhận thức được những gì người khác làm, trải

---

1. Xem Gitelman: *Raw Data Is an Oxymoron*; The MIT Press, Cambridge, Massachusetts, London, England, 2014, p.3.

nghiệm, trao đổi[1]. Lĩnh vực tin tức chứng minh rõ nét nhất điều này. Đây là không gian cho người dùng liên tục có dòng cập nhật và cảm xúc mà tác giả Hermida gọi nó là một hình thức báo chí xung quanh[2]. Nhất là đối với những sự kiện cộng đồng lớn như bão lũ, thiên tai, bầu cử, dân sinh,... thì nhiều bài đăng, cập nhật trạng thái, hình ảnh, video,... tạo thành luồng cập nhật tin tức liên tục. Lúc này, dữ liệu nền tảng xuất hiện như một nguồn tin chính là thước đo tình cảm của công chúng. Và người dùng vừa đóng vai trò là người tiêu thụ tin tức, người đưa ra ý kiến, nhân chứng; vừa đóng vai trò là phóng viên, biên tập viên. Báo chí lúc này sẽ cân nhắc, chọn lựa sản xuất tin tức xung quanh các "chủ đề thịnh hành", ý kiến của người dùng,... Tóm lại, cơ chế dữ liệu hoá đang bắt đầu đóng vai trò trung tâm trong cấu trúc của các mối quan hệ xã hội. Nó mở rộng việc thu thập, xử lý dữ liệu - theo thời gian thực - nhằm theo dõi và dự đoán hiệu suất (tình cảm, giao dịch, các trao đổi không chính thức, các hoạt động,...) của người dùng. Điều này, dẫn đến cơ chế thứ hai: cơ chế hàng hoá hoá của nền tảng.

---

1. Xem Ito, M., và D. Okabe: *Intimate Visual Co-presence*. In 2005 Ubiquitous Computing Conference, tháng 9/2005; http://www.itofisher.com/mito/archives/ito.ubicompos.pdf.

2. Xem Gillespie: "The Platform Metaphor, Revisited", *HIIG Science Blog*. Berlin: Alexander von Humboldt Institute fur Internet und Gesellschaft, ngày 24/8/2017 https://www.hiig.de/en/blog/the-platform-metaphor-revisites/.

+ Cơ chế hàng hoá hoá

Cơ chế hàng hoá hoá là hoạt động chuyển đổi các đối tượng, hoạt động, cảm xúc, ý tưởng trực tuyến và ngoại tuyến thành hàng hoá có thể giao dịch được, có thể định giá được qua bốn loại "tiền tệ" (sự chú ý, dữ liệu, người dùng, tiền) của các nền tảng. Nó được kích hoạt bằng ba cơ chế:

Một là, cơ chế dữ liệu hoá: Hàng hoá hoá được tăng cường bởi một lượng lớn dữ liệu người dùng do nền tảng thu thập và xử lý. Hay nói cụ thể hơn, nó được cung cấp thông tin về sở thích, nhu cầu,... của người dùng ở từng thời điểm cụ thể.

Hai là, cơ chế chọn lựa (sẽ phân tích ở mục sau): Hàng hoá hoá liên quan mật thiết đến cơ chế chọn lựa khi người dùng kết nối với các dịch vụ và quảng cáo được cá nhân hoá.

Ba là, cơ chế đồng thời trao/tước quyền của người dùng: Hiểu một cách đơn giản, chính là việc hàng hoá hoá hoạt động của người dùng. Nền tảng trao quyền tiếp thị, giới thiệu, chia sẻ trải nghiệm cá nhân của người dùng về một sản phẩm hay dịch vụ nào đó; cho phép họ trở thành doanh nhân theo cách riêng của họ. Đồng thời, trên quan điểm này, có thể nó tước đi sức mạnh kinh tế của các doanh nghiệp truyền thống và chuyển sang cho người dùng cá nhân. Các cơ chế này dẫn đến việc người dùng bị bóc lột sức lao động (phi vật chất); quyền lực kinh tế sẽ tập trung vào chủ sở hữu, nhà điều hành nền tảng, đặc biệt là Big Five.

Nền tảng hoạt động trên thị trường đa diện. Năm 2015, tác giả Nieborg nhận định, trao đổi kinh tế được kích hoạt bởi các nền tảng, chẳng hạn: công cụ tìm kiếm, trò chơi điện tử, mạng xã hội,... Nền tảng tổng hợp, tạo điều kiện, kiểm soát các kết nối và giao dịch giữa nhiều nhóm người dùng khác nhau. Người dùng cuối được kết nối với nhà quảng cáo, nhà cung cấp dịch vụ/người bổ sung, doanh nhân vi mô, tổ chức tin tức, các trường đại học,... Điều kiện để thành công trong một thị trường đa diện là người dùng phải đạt lượng tới hạn. Nghĩa là nền tảng bằng nhiều cách khác nhau thu hút càng nhiều người dùng/các bên tương ứng thì càng thành công. Một mặt, nó cung cấp quyền truy cập miễn phí cho người dùng; mặt khác, nó cung cấp công cụ chi phí thấp cho các bên tương ứng (nhà quảng cáo, doanh nghiệp, tổ chức tin tức,...) để nhắm mục tiêu về phía người dùng. Vì vậy, thị trường đa diện được hình thành dựa trên cơ chế hàng hoá hoá dữ liệu người dùng. Nói cách khác, dữ liệu người dùng trở thành hàng hoá thông qua quảng cáo được cá nhân hoá. Nền tảng sẽ thu lợi ích từ dịch vụ quảng cáo, dữ liệu người dùng, dịch vụ giao dịch tiền tệ, hoa hồng và chi phí giao dịch. Có thể khẳng định, quy trình kinh tế giữa các lĩnh vực đang dần được định hướng và xác định bởi cơ chế hàng hoá hoá của nền tảng. Thị trường đa diện được xây dựng và các tác nhân kinh tế độc lập trước đây chuyển thành "bộ phận bổ sung" cho các nền tảng. Nó có quyền đặt ra luật chơi cho các quan hệ kinh tế bởi nền tảng kiểm soát giao diện, thuật toán và dữ liệu người dùng.

+ Cơ chế chọn lựa

Dữ liệu hoá và hàng hoá hoá có liên quan chặt chẽ đến cách thức nền tảng điều khiển tương tác của người dùng thông qua việc chọn lựa/quản lý các chủ đề, thuật ngữ, tác nhân, đối tượng, ưu đãi, dịch vụ,... Nếu các nhà báo xác định đâu là tin tức dựa trên những đánh giá chuyên môn độc lập; các nhà giáo có kinh nghiệm xác định bài tập nào phù hợp với bài học, khoá học, dựa trên nhiều tiêu chí thì các nền tảng dựa trên sự chọn lựa của người dùng. Họ lọc nội dung và dịch vụ bằng cách "xếp hạng", "tìm kiếm", "chia sẻ", "theo dõi", "kết bạn". Do đó, cơ chế chọn lựa của nền tảng là khả năng kích hoạt và lọc hoạt động của người dùng thông qua giao diện, thuật toán. Trong khi người dùng chọn lựa thông qua tương tác với các mã hoá này, đứng trên điểm nhìn của người dùng, việc chọn lựa thông qua các nền tảng có vẻ dân chủ hơn so với chọn lựa của các chuyên gia. Tuy nhiên, nó không chỉ được định hình bởi thực tiễn của người dùng mà còn được cấu thành qua các chiến lược kỹ thuật thương mại đóng trong hộp đen và được bảo mật kỹ lưỡng. Động lực của cơ chế này thường nằm ở ba loại chọn lựa: cá nhân hoá; danh tiếng và xu hướng; điều tiết.

Cá nhân hoá là thuật toán được xây dựng trên các tín hiệu của người dùng cá nhân cũng như tập hợp người dùng lớn hơn. Các nền tảng xác định sở thích, mong muốn và nhu cầu của từng người dùng dựa trên cơ sở tín hiệu dữ liệu hoá, cá nhân hoá luồng nội dung, quảng cáo và đề xuất của người dùng. Thuật toán này luôn là một bí mật thương mại không thể xác định chính xác cách thức hoạt động vì nó sửa đổi liên tục để phù hợp với các mô hình kinh doanh đang phát triển và thực tiễn người dùng. Cá nhân hoá tạo sức hút mạnh mẽ cho các nền tảng: vừa trao cho người dùng quyền tự chủ, vừa cho phép họ tìm thấy những ưu đãi hấp dẫn nhất, những thông tin được quan tâm nhất. Đồng thời, nó tạo ra sự phân mảnh xã hội và đặt người dùng trong một bộ lọc khiến họ không được tiếp xúc với các giá trị và quan điểm xã hội.

Danh tiếng và xu hướng là thuật toán của nền tảng đề cập đến tính lan truyền hoặc khả năng lan truyền. Nội dung và các vấn đề cụ thể có thể lan truyền thông qua sự kết hợp chéo giữa các nền tảng và người theo dõi. Cơ chế này có thể cá nhân hoá bất cứ những gì người dùng xem, đặc biệt là khả năng xác định "xu hướng" xem trong nhóm người dùng lớn hơn và đưa ra danh tính của người dùng. "Chủ đề thịnh hành" trên các nền tảng không chỉ phản ánh nội dung được chia sẻ nhiều nhất, các từ được sử dụng hoặc các mặt hàng đã mua, mà còn là sự chọn lựa theo thuật toán. Nền tảng đóng một vai trò quan trọng trong xác định danh tiếng của người dùng và dịch vụ. Người dùng liên tục được yêu cầu xem xét đánh giá hành vi và hiệu suất của nhau (người giao hàng, tài xế, chủ nhà,...). Từ đó, dựa vào số liệu này người dùng quyết định xem có nên tham gia trao đổi kinh tế với người dùng khác hay không. Cơ chế này giúp xây dựng uy tín cá nhân, xếp hạng danh tiếng trên môi trường kỹ thuật số.

Cuối cùng, tất cả các nền tảng đều tích cực điều tiết nội dung: chia sẻ cái gì, chia sẻ với ai. Nó gây ra nhiều tranh cãi vì nền tảng thường đưa ra sự điều tiết quá ít hoặc quá nhiều. Câu chuyện một hãng tin của Nauy phản đối Facebook xoá bức ảnh mang tính biểu tượng về một đứa trẻ khoả thân chạy trốn sau vụ đánh bom napalm trong chiến tranh Việt Nam là một ví dụ. Thêm vào đó, việc lan truyền rộng rãi thông tin sai lệch cũng được coi là một thất bại trong việc quản lý nền tảng. Căn nguyên của vấn đề này nằm ở những điều khoản không rõ ràng, công nghệ tự động và thủ tục kiểm duyệt.

Cần xem xét nghiêm túc những người dùng là tổ chức (chính phủ, tập đoàn, cơ quan truyền hình, trường học, tổ chức y tế,...) đang cố gắng xây dựng và tích hợp hoạt động của mình bằng nền tảng ngành của họ trong hệ sinh thái nền tảng trực tuyến. Bởi vì sự chọn lựa của những tổ chức này dựa trên nhiều tiêu chí khoa học, phù hợp với các thói quen nghề nghiệp, tiêu chuẩn đạo đức; bằng không, nhiều giá trị xã hội sẽ không được phổ biến rộng rãi đến công chúng. Nói tóm lại, các cơ chế của nền tảng đang thống trị môi trường trực tuyến nói chung và môi trường truyền thông nói riêng dựa trên mô hình tổ chức thuật toán. Nó tự phát lộ ra sự bất bình đẳng giữa chúng với các tổ chức trong đó có báo chí, truyền hình. Và chỉ khi hiểu bản chất của những cơ chế này mới xác định và chỉ ra được: sự không bình đẳng trong mối quan hệ giữa truyền hình với các nền tảng.

- *Truyền hình đa nền tảng và nền tảng kỹ thuật số*

Như đã phân tích ở trên, các nền tảng không phải là trung lập, không phải là một không gian bình đẳng, cùng một điều kiện để công chúng tham gia. Xuất phát từ điều kiện hoạt động của các nhóm tương tác, nền tảng có những lợi ích đặc biệt. Do vậy, nghịch lý của mối quan hệ giữa truyền hình và nền tảng được xây dựng dựa trên sự phụ thuộc. Sự ra đời của Big Five (chủ sở hữu của các nền tảng) dẫn đến những đổi mới kỹ thuật số quan trọng nhất ở cấp độ toàn cầu. Lợi ích to lớn mà nó đem lại cho truyền hình là việc "cải thiện khả năng tiếp cận, kiến tạo nội dung, thúc đẩy tương tác, mang đến một xã hội thông tin tốt hơn"[1]. Nó nổi lên như một "đồng minh" và nhờ nó mà lượng khán giả truyền hình phát triển lớn hơn, trung thành hơn so với các kênh phân phối truyền thống. Bởi vậy, truyền hình nhanh chóng tạo hồ sơ trên các nền tảng như: Facebook, YouTube,... để nắm bắt cơ hội, từ đó bắt đầu một mối quan hệ mới mà bên trong nó tồn tại nhiều nghịch lý.

---

1. Xem Pariser, E: *The Filter Bubble: What the Internet Is Hiding from You*. New York: Penguin, 2011, p.12.

+ Lượng khán giả lớn nhưng doanh thu không nhiều

Nghịch lý này bắt nguồn từ việc, khán giả có nhu cầu truy cập và sử dụng thông tin qua các nền tảng. Để thoả mãn, họ bắt buộc phải tạo tài khoản cá nhân. Các nền tảng theo đó sẽ có trong tay dữ liệu của người dùng. Điều này tương ứng với việc, nền tảng có quyền bán dữ liệu, không gian, thời gian quảng cáo, chứ không phải các nhà đài. Cấu trúc của nền tảng cho phép các tổ chức tin tức tiếp cận khán giả của mình nhưng phá vỡ tính bền vững của mối quan hệ giữa khán giả và báo chí[1]. Hầu hết, các đài truyền hình chỉ nhận ra điều này sau một thời gian dài phân phối trọn vẹn nội dung trên các nền tảng. Thêm vào đó, cơ chế chọn lựa và cá nhân hoá của nền tảng còn cho biết khán giả muốn gì, tìm gì, cần gì,... để tiếp thị đúng khách hàng mục tiêu, đem lại hiệu quả cho các chiến dịch quảng cáo - chỉ nền tảng mới có đặc quyền này. Hơn nữa, việc nhà đài áp dụng chiến lược lưu trữ gốc - đăng và lưu toàn bộ video trên các nền tảng - đã vô tình trao quyền phân phối nội dung và cho phép các thuật toán của nền tảng quyết định lưu lượng truy cập. Thậm chí, nó có thể quyết định nhà đài nào có lượng bản sao lớn hơn. Vì thế, kỳ vọng tăng doanh thu từ việc nhúng quảng cáo thông qua lưu lượng truy cập trên các

---

1. Xem Bell, Emily và Owen, T.: The platform press. How Silicon Valley reengineered journalism, *New York: Columbia Journalism School*, 2017, p.16.

nền tảng của truyền hình thất bại. Hay theo tác giả Myllylahti, có thể nó sẽ rơi vào một cái bẫy kinh tế chú ý ở thời các nền tảng lên ngôi[1].

+ Nền tảng quyết định khả năng hiển thị của video

Nghịch lý này bắt nguồn từ các cơ chế, đặc biệt là cơ chế chọn lựa (cá nhân hoá; danh tiếng và xu hướng; điều tiết) của nền tảng. Nếu việc chọn lựa của người dùng đối với những video họ yêu thích càng nhiều dựa trên sự kết hợp chéo giữa các nền tảng và người theo dõi thì khả năng hiển thị của những video đó càng cao. Chúng sẽ biến thành "xu hướng", "chủ đề thịnh hành", "nội dung được quan tâm nhiều", "phổ biến",... trên môi trường truyền thông xã hội. Tuy nhiên, việc chọn lựa của người dùng thường không dựa trên những tiêu chí phức tạp, khoa học như các nhà đài. Do vậy, chất lượng và nội dung của video chưa đủ để đạt được phạm vi tiếp cận rộng lớn. Thêm vào đó, thuật toán - được bảo mật kỹ lưỡng - của nền tảng thao túng việc thúc đẩy hay kìm hãm dòng "xu hướng", "chủ đề thịnh hành",... hiện diện trên không gian mạng. Vì thế, bằng thuật toán và sự chọn lựa của người dùng, nền tảng đang quyết định khả năng hiển thị video trong hệ sinh thái mà nó tạo ra. Nghịch lý này lý giải

---

1. Xem Myllylahti, M.: An attention economy trap? An empirical investigation into four news companies Facebook traffic and social media, *Journal of Media Business Studies*, 2018, số 15, tập 04, 237-253. DOI:10.1080/16522354.2018.1527521.

nguyên nhân của hiện tượng tin giả tràn lan nhanh chóng trên không gian mạng. Đồng thời, nó tạo ra một bộ lọc cá nhân khiến công chúng bị phân mảnh và khó được tiếp xúc với các giá trị và quan điểm xã hội. Những sản phẩm truyền hình tốt, chuyên nghiệp đôi khi ít được phổ biến rộng rãi tới đông đảo công chúng trên môi trường truyền thông xã hội. Nếu muốn nó xuất hiện với tần suất lớn ở đầu Google, trên nguồn cung cấp tin tức Facebook hoặc xuất bản được nhiều bản sao thì nhà đài phải trả tiền cho các nền tảng.

+ Truyền hình phải sử dụng nền tảng mới biết khán giả là ai

Nhà đài muốn biết khán giả của mình là ai trên các nền tảng thì bắt buộc phải tạo tài khoản để sử dụng. Khi đó, truyền hình trở thành người dùng ở vai một tổ chức sử dụng để tận dụng sức mạnh phân phối của nền tảng và các công cụ theo dõi, đo lường hành vi của khán giả trong chúng. Dữ liệu cá nhân, dữ liệu nội dung của nhà đài và công chúng đều được các nền tảng nắm giữ khiến họ có nhiều quyền lực hơn với nhà quảng cáo. Ngoài ra, nền tảng còn đóng vai trò là người "gác cổng" cho truyền hình trong việc nhận định và phân phối nội dung theo nhu cầu của khán giả thông qua công cụ quản lý, phân tích đối tượng miễn phí, đặt giá thầu quảng cáo có trong lập trình của chính nó. Có thể khẳng định, nền tảng truyền thông xã hội tạo cơ hội mới để truyền hình tiếp cận với khán giả của mình song nó cũng trực tiếp thách thức vị trí đặc quyền cung cấp thông tin (biểu hiện ở việc mất quyền kiểm soát các kênh truyền thông, gia tăng sự phụ thuộc vào đơn vị trung gian). Nền tảng hướng tới mục tiêu thu thập dữ liệu và thu hút người dùng dành nhiều thời gian sử dụng dịch vụ của họ, hoàn toàn không quan tâm đến việc người dùng có nhận được những thông tin chất lượng nhất hay không. Chất lượng hoặc loại nội dung không phải là thứ họ quan tâm; họ quan tâm tới siêu dữ liệu và lưu lượng truy cập do nội dung tạo ra. Vì vậy, nền tảng không trực tiếp sản xuất nội dung nhưng sẽ tìm cách để mọi loại nội dung của các tổ chức, các cá nhân đi qua (lưu trữ) trên nền tảng của mình.

Tóm lại, mối quan hệ giữa truyền hình và nền tảng là mối quan hệ phụ thuộc, vì truyền hình đa nền tảng đã bắt đầu sản xuất, phân phối trên các nền tảng kỹ thuật số. Truyền hình không những tổ chức sản xuất vì lợi ích chung mà còn đáp ứng cho thuật toán của nền tảng nhằm bảo đảm cho mình lượng phát hành, khả năng hiển thị và số lượng lớn khán giả. Với cách làm như vậy, truyền hình trở thành một thành phần trong cấu tạo của nền tảng kỹ thuật số, phải tuân theo luật chơi của chúng. Từ một nhà sản xuất tin tức, truyền hình biến thành nhà cung cấp nội dung cho các nền tảng. Nền tảng không chỉ giành được quyền phân phối mà còn trở thành biên tập viên, người gác cổng quyết định xem ai sẽ xem nội dung gì, hiển thị với tần suất ra sao thông qua thuật toán. Đây là lý do tại sao, mỗi khi nền tảng thay đổi thuật toán, truyền hình sẽ phải điều chỉnh theo mà không biết chúng hoạt động như thế nào.

Từ việc chỉ ra và phân tích mối quan hệ này, có thể có một vài nhận định về truyền hình đa nền tảng, cụ thể:

Ở góc độ kinh tế, xu hướng truyền hình đa nền tảng không đem lại nhiều lợi ích kinh tế. Bằng những chiến lược khác nhau trên cùng một thị trường, cả nền tảng và truyền hình đều có cơ chế thu hút, nắm bắt, duy trì và đo lường sự chú ý. Nếu truyền hình tập trung đầu tư chất lượng nội dung thì nền tảng thu hút sự chú ý thông qua những gì người khác sản xuất bao gồm cả tổ chức tin tức. Quan trọng hơn cả, ở thị trường mà nền tảng làm chủ cuộc chơi thì nó sẽ có phần lớn doanh thu còn truyền hình sẽ bị suy giảm.

Ở góc độ tổ chức sản xuất, nhận định "nội dung là vua" chỉ đúng một phần bởi vì nội dung sẽ chẳng là gì nếu không có kênh phân phối để tiếp cận khán giả. Do đó, "nội dung có thể là vua nhưng phân phối mới là vương quốc"[1]. Bên nào kiểm soát việc phân phối thì bên đó có thể chọn được nội dung. Truyền hình đa nền tảng có nội dung nhưng việc phân phối lại do các nền tảng – bên thứ ba – kiểm soát. Nội dung ở thời điểm các nền tảng lên

---

1. Xem Thompson, D.: *Creadores de hits. La ciencia de la popularidad en la era de la distracción*. México, Océano, 2018, p.19.

ngôi đến từ nhiều kênh và mạng khác nhau nên thị trường của truyền hình sẽ khác hoàn toàn so với trước đây. Nó vừa là thách thức song cũng là động lực để truyền hình xây dựng mô hình kinh doanh bền vững, không phụ thuộc vào bên thứ ba. Nền tảng không phải là những nhà quan sát trung lập trong ngành truyền hình. Họ là người chơi tích cực với quan điểm và sở thích riêng. Giống như truyền hình, mô hình kinh doanh của họ cũng dựa vào quảng cáo. Vì vậy, mục đích của họ không đáp ứng nhu cầu của truyền hình, không đóng góp cho một thế giới thông tin tốt hơn mà chỉ cần thu hút, duy trì và khai thác thương mại từ sự quan tâm, chú ý của người dùng.

Nếu xem xét xu hướng truyền hình đa nền tảng ở góc độ kinh tế thì rõ ràng nó không mang lại hiệu quả như kỳ vọng. Nhưng nếu xem xét nó dưới góc độ một phương tiện truyền thông trong bối cảnh kỹ thuật số hiện đại thì hiệu quả lại vô cùng lớn. Nó bảo đảm tốt, thậm chí rất tốt tất cả những đặc trưng, thuộc tính vốn có của truyền hình như: tính thời sự; tính phổ cập và quảng bá; hình ảnh và âm thanh; khả năng thuyết phục công chúng; giám sát và phản biện xã hội; diễn đàn của nhân dân,... Và cùng với những phân tích ở phần vai trò, đã lý giải vì sao lại dùng từ cộng sinh trong khái niệm truyền hình đa nền tảng cho dù nền tảng và truyền hình là hai đối thủ cạnh tranh trực tiếp với nhau.

II. CƠ SỞ THỰC TIỄN

1. Yếu tố tác động đến sự hình thành xu hướng truyền hình đa nền tảng

1.1. Cách mạng công nghiệp lần thứ tư và toàn cầu hoá 3.0

Từ những năm 1960, khái niệm toàn cầu hoá xuất hiện với nhiều cách hiểu, trong đó cách hiểu phổ biến nhất: "toàn cầu hóa là một tình trạng xã hội có những mối liên kết trên phạm vi khắp hành tinh về kinh tế, văn hóa, chính trị, xã hội, môi trường và các luồng phân lưu làm thu hẹp các khoảng không gian và lu mờ các đường biên giới quốc gia. Ở một phương diện khác, toàn cầu hóa là sự thay đổi xã hội, sự liên thông ngày càng tăng giữa các xã hội và các yếu tố của nó do quá trình đan xen văn hóa kết hợp với sự gia tăng bùng nổ của giao thông và các công nghệ truyền thông góp phần thúc đẩy kinh tế quốc tế và giao lưu văn hóa"[1].

Trong khi đó, lý thuyết về toàn cầu hóa cho rằng, toàn cầu hóa 3.0 làm thế giới co từ cỡ nhỏ xuống cỡ siêu nhỏ và đồng thời san bằng sân chơi toàn cầu. Nếu toàn cầu hóa 1.0 tập trung ở các quốc gia, toàn cầu hóa 2.0

_____
1. Nguyễn Ngọc Thiện: "Việt Nam chủ động và tích cực hội nhập quốc tế về văn hóa trong bối cảnh toàn cầu hóa", *Tạp chí Cộng sản*, số 901 (tháng 11/2017), tr.25.

tập trung ở các công ty thì toàn cầu hóa 3.0 đặc biệt hơn cả: nó tạo ra động lực để cho phép các cá nhân cộng tác và cạnh tranh trên thị trường toàn cầu. Cuộc Cách mạng công nghiệp lần thứ tư diễn ra và phát triển khiến toàn cầu hoá có nhiều diễn biến mới. Nó thúc đẩy mạnh mẽ quá trình hình thành xã hội thông tin và kinh tế tri thức; làm gia tăng tốc độ của cuộc đua gay gắt về kinh tế và khoa học - công nghệ. Từ đó, nó tạo điều kiện cho chiến tranh mềm, chiến tranh thông tin bùng nổ; kéo xa khoảng cách giàu nghèo giữa các nước; thách thức an ninh phi truyền thống tiếp tục gia tăng,... ảnh hưởng sâu sắc tới an ninh quốc gia, khu vực và trên thế giới.

Một trong những kết quả của cuộc Cách mạng công nghiệp lần thứ tư là hệ thống thế giới phẳng. Nó là sản phẩm của sự hội tụ giữa máy tính cá nhân và phần mềm xử lý công việc. Một bên cho phép các cá nhân tiếp cận với các sản phẩm số trên thế giới gần như miễn phí; bên còn lại cho phép các cá nhân cộng tác với nhau dựa vào cùng một cơ sở dữ liệu số ở bất kỳ nơi đâu, bất kỳ khoảng cách nào trên thế giới. Chính quá trình làm phẳng của cuộc Cách mạng công nghiệp lần thứ tư và co lại của quá trình toàn cầu hoá 3.0 giúp con người của các châu lục của mọi màu da đều có thể tham gia và gần nhau hơn. Internet kết nối vạn vật (Internet of Things - IoT) là một trụ cột quan trọng trong cuộc Cách mạng công nghiệp lần thứ tư trên toàn cầu, là mạng kết nối các đồ vật và thiết bị thông qua cảm biến, phần mềm cho phép các đồ vật và thiết bị thu thập, trao đổi dữ liệu với nhau.

Nhiều ngành công nghiệp đang chứng kiến sự du nhập của công nghệ mới tạo ra những cách hoàn toàn mới để phục vụ nhu cầu và thay đổi triệt để các chuỗi giá trị cũ. Sự tiếp cận rộng rãi với thông tin, công nghệ được phân phối qua các nền tảng kỹ thuật số toàn cầu khiến mọi ngành, mọi lĩnh vực cải thiện phẩm chất, tốc độ hoặc giá cả theo chiến thuật đi tắt đón đầu. Thay vì các thông tin và số liệu trên giấy tờ hoặc được tập hợp tương đối chậm chạp trên máy tính, giờ đây bằng điện toán đám mây và hàng loạt các phát minh mới về xử lý, người ta làm quen với một khối lượng dữ liệu khổng lồ big data. Ở phía công chúng, nhiều hành vi mới, thói quen mới được hình thành. Họ quan tâm đến quyền truy cập vào các nền tảng kỹ thuật số phát triển nhờ internet. Họ yêu cầu, thậm chí chủ động cung cấp thông tin, buộc các tổ chức, doanh nghiệp phải thích nghi theo cách của họ.

Toàn cầu hoá 3.0, cuộc Cách mạng công nghiệp lần thứ tư đã và đang diễn ra mạnh mẽ trên quy mô toàn cầu. Sự phát triển của một số công nghệ mang tính đột phá như: trí tuệ nhân tạo, công nghệ mạng 5G, công nghệ sinh học,... tác động sâu sắc tới mọi khía cạnh, từ an ninh - chính trị, kinh tế - xã hội, cho đến báo chí, truyền thông. Nó mạnh tới mức buộc báo chí, truyền thông nói chung và truyền hình nói riêng phải tiến hành một cuộc cách mạng để thích ứng và tận dụng cơ hội của bối cảnh công nghệ mới này. Theo đó, yếu tố công nghệ kỹ thuật số hiện đại in dấu ấn đậm nét trong toàn bộ quy trình sản xuất của báo chí nói chung, truyền hình nói riêng. Đơn cử như: trong bảy lĩnh vực của trí tuệ nhân tạo AI (học máy; thị giác máy tính; nhận dạng giọng nói; xử lý ngôn ngữ tự nhiên; lập kế hoạch, thiết kế lịch trình và tối ưu hoá; hệ thống chuyên gia; người máy), ngành công nghiệp tin tức, đặc biệt là truyền hình ứng dụng ba lĩnh vực: học máy; thị giác máy tính; lập kế hoạch, thiết kế lịch trình và tối ưu hoá.

Hoặc cũng có thể nhắc tới công nghệ blockchain đang được nhiều tờ báo sử dụng để xác thực nội dung. Nó giúp lưu trữ dữ liệu dưới dạng Metadata bao gồm: thời gian, địa điểm chụp ảnh, quay video, đăng bài, người thực hiện, phương thức thực hiện, thời điểm thông tin được chỉnh sửa,... ;từ đó góp phần minh bạch thông tin về quyền tác giả, cải thiện niềm tin của công chúng, thúc đẩy năng lực của nhà báo. Hay công nghệ Metaverse - các sự kiện ảo, biểu diễn ảo, chương trình ảo được xác định là xu hướng sẽ phát triển mạnh mẽ trong thời gian tới. Tác động của cuộc Cách mạng công nghiệp lần thứ tư và toàn cầu hóa 3.0 khiến truyền hình của các quốc gia, trong đó có Việt Nam, từ chỗ chỉ truyền thông tin một chiều (truyền hình tuyến tính), tương tác hai chiều (truyền hình internet) chuyển sang tương tác đa kênh, đa chiều, đa nền tảng. Đồng thời, trí tuệ nhân tạo (AI) và học máy đang phá vỡ các phương thức sản xuất, phân phối truyền thống và nhiều phương thức kinh doanh khác trong ngành truyền hình. Nó mang lại cả cơ hội lẫn thách thức để ngành truyền hình thực hiện một cuộc cách mạng mới nhằm thích nghi với bối cảnh số.

1.2. Sự ra đời và phát triển của các nền tảng kỹ thuật số

Nền tảng kỹ thuật số ra đời và phát triển được coi là một trong những thành quả rực rỡ của cuộc Cách mạng công nghiệp lần thứ tư và toàn cầu hoá 3.0. Nhiều ngành, nhiều lĩnh vực trong xã hội tranh thủ tận dụng cơ hội để kiếm tiền bằng các chiến lược đa nền tảng. Ở cấp độ cơ bản nhất, nền tảng có thể kết nối được các tài nguyên với người tham gia khi cần thiết. Nó thường được tạo và sở hữu một thực thể duy nhất (một người điều phối) hoạt động với nhiều dịch vụ hấp dẫn để khuyến khích sự tham gia của người dùng. Nền tảng khi đạt đến lượng tới hạn sẽ phát huy tối đa tính ưu việt của hệ sinh thái vốn phong phú về tài nguyên và người tham gia. Mỗi thiết kế trong cấu trúc của nền tảng đều tạo ra những giá trị khác nhau và thu hút người dùng tương đối khác nhau (Hình I.3).

Hình I.3: Một số nền tảng thường gặp

Nền tảng tổng hợp tin tức

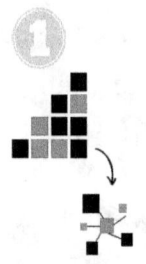

Nền tảng học tập

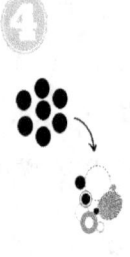

Nền tảng mạng xã hội

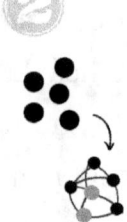

- Nơi người học được khuyến khích học tập
- Mang người học đến gần nhau hơn để cùng sẻ chia tri thức
- Có xu hướng thúc đẩy các mối quan hệ sâu sắc hơn dựa trên niềm tin vì những người tham gia có cơ hội nhận ra nhiều tiềm năng hơn bằng cách làm việc với nhau

Nền tảng kêu gọi hành động

Nguồn: Phân tích Deloitte, 2015, deloitte.com/insights

Do sự tiện lợi nhanh hơn động đất, rộng trùm trái đất, sâu tới mọi người[1] mạng xã hội đã trở thành một phần tất yếu trong đời sống của hàng trăm triệu công dân trên toàn cầu. Theo Công ty Tư vấn kỹ thuật số Kepios, tính đến ngày 20/07/2023, có 60% dân số thế giới sử dụng các nền tảng mạng xã hội; 75% người dùng internet nghiên cứu sản phẩm trên nền tảng mạng xã hội; 85% những người làm về marketing đánh giá video ngắn là loại nội dung truyền thông xã hội hiệu quả nhất; thời gian sử dụng mạng xã hội trung bình 2 giờ 26 phút/ngày.

Theo We Are Social, tính đến tháng 01/2023, Việt Nam có 70 triệu người dùng nền tảng mạng xã hội và sẽ còn tiếp tục tăng lên, không có dấu hiệu chững lại, chiếm 71% dân số cả nước. Bên cạnh đó, nước ta có 77,93 triệu người dùng internet, chiếm 79,1% số dân cả nước; 161,6 triệu kết nối di động đang hoạt động, tương đương 164% số dân cả nước. Về tỷ trọng người dùng mạng xã hội tại Việt Nam, có 64,4 triệu người từ 18 tuổi trở lên đang sử dụng các nền tảng mạng xã hội, chiếm 89%. Thêm vào đó, tính đến tháng 01/2023, có 89,8% người dùng internet tại Việt Nam (không phân biệt độ tuổi) sử dụng ít nhất một nền tảng mạng xã hội; trong đó có 50,6% là nữ giới, 49,4% là nam giới.

---

1. Nguyễn Ngọc Thiện: "Việt Nam chủ động và tích cực hội nhập quốc tế về văn hóa trong bối cảnh toàn cầu hóa", *Tlđd*, tr.25.

Những con số này cho thấy, mạng xã hội trực tuyến là dịch vụ cung cấp cho cộng đồng rộng rãi người sử dụng khả năng tương tác, chia sẻ, lưu trữ và trao đổi thông tin với nhau trên môi trường internet, bao gồm dịch vụ tạo blog, diễn đàn (forum), trò truyện trực tuyến (chát) và các hình thức tương tự khác. Ngoài ra, nó cũng tồn tại những hình thức tương tác khác như thư điện tử (e-mail); điện thoại (voice chat), xem phim, ảnh; chia sẻ tập tin (share files); mạng xã hội (Facebook, Zalo, Twitter,...); trò chơi (games),... trên internet. Và thuật ngữ nền tảng truyền thông xã hội/mạng xã hội trở nên quen thuộc được mặc định để mô tả một mô hình truyền thông mới có thể tương tác trực tuyến, đa chiều giữa những người dùng/công chúng. Hay nói một cách khác, nguy cơ nền tảng thay thế phương tiện truyền thông truyền thống đang hiện hữu. Những gì một phương tiện truyền thông truyền thống làm được thì nền tảng truyền thông xã hội cũng làm được, thậm chí còn làm tốt hơn, nhất là ở khâu phân phối, tương tác và tiếp cận công chúng.

Bởi vậy, nền tảng truyền thông xã hội lên ngôi tạo sức ép lớn cho báo chí, truyền thông, trong đó có ngành truyền hình của Việt Nam nói riêng và của thế giới nói chung. Buộc những người làm truyền hình phải tận dụng sự tiện lợi từ dịch vụ và sự thân thiện từ giao diện thiết kế của các nền tảng. Hay nói cách khác, họ có xu hướng cộng sinh với chúng để thích nghi, phát triển, cạnh tranh giữ vị thế và tồn tại trong lòng công chúng. Cũng có nghĩa rằng, phương tiện truyền thông truyền thống bao gồm cả truyền hình tuyến tính bắt buộc phải làm một cuộc cách mạng nhằm hướng tới việc vừa giữ được giá trị cốt lõi, vừa độc lập sinh tồn cùng các siêu nền tảng hoàn thiện ở mức độ cao.

1.3. Sự thay đổi trong nhu cầu của công chúng truyền hình

Trong một thời gian dài, các gia đình ở khắp mọi nơi trên thế giới đều coi truyền hình là nguồn cung cấp thông tin, phương tiện giải trí, công cụ giáo dục. Tuy nhiên, theo dòng chảy công nghệ, văn hoá tiêu dùng, sự tác động của các nền tảng truyền thông xã hội, truyền hình biến đổi cả về nội dung lẫn phương tiện để hoàn thiện hơn và không còn là một phương tiện độc lập. Nguyên nhân cơ bản nhất đến từ sự thay đổi trong nhu cầu của công chúng.

Trước đây, truyền hình đã từng có riêng một tháp ngà, nơi chỉ có những phóng viên, biên tập viên và họ tương tác với công chúng theo một chiều tuyến tính bằng thư tay, điện thoại,... Đến hôm nay, nó trở thành một loại dịch vụ số còn khán giả thì đóng tròn hai vai - vừa là khách hàng, vừa là những nhà cung cấp thông tin cho truyền hình. Ở vai khách hàng, họ không còn bị động tiếp nhận thông tin một chiều, tuyến tính từ các nhà đài. Ngược lại, họ chủ động xem mọi lúc, mọi nơi và trên mọi thiết bị khi có nhu cầu. Hơn nữa, công chúng hiện đại còn muốn được tương tác với truyền hình nhanh hơn, hiệu quả hơn, nhiều hơn và tương tác với cả những khán giả khác chung hoặc không có chung sở thích về một chương trình/video sản phẩm. Không những thế, công chúng còn là nhà cung cấp khi muốn chia sẻ thông tin, những phát hiện, đánh giá, phản hồi về một sản phẩm truyền hình nào đó thông qua nhiều hình thức (video, hình ảnh,... tự quay/chụp) và tự phân phối trên nền tảng truyền thông xã hội. Đối với những nhu cầu mới này truyền hình truyền thống không thể đáp ứng được. Từ việc lưu trữ số lượng vô cùng lớn các video sản phẩm, phân loại, sắp xếp chúng để dễ tìm kiếm, cho đến việc tương tác đa chiều, thuận tiện. Bởi vậy, xu hướng truyền hình đa nền tảng ra đời là một tất yếu.

Trong một thế giới đa nền tảng, tính hình tuyến đã không còn là vấn đề của truyền hình. Chỉ cần có nhu cầu, có thiết bị thông minh kết nối internet, bất cứ khi nào khán giả cũng có thể chủ động xem mà không cần phải chờ đợi. Theo Our World in Data, năm 2022, số lượng thiết bị di động chính thức vượt qua dân số thế giới, cụ thể: số người trên trái đất khoảng 7,9 tỷ thì có đến 8,6 tỷ thiết bị di động được đăng ký mới và kích hoạt. Báo cáo đến năm 2022 của Statista cho thấy: có hơn 6,6 tỷ người trên thế giới dùng smartphone, tương đương khoảng 83% dân số thế giới. Trong đó, tỷ lệ người dùng smartphone ở Việt Nam cao top đầu thế giới, 61 triệu người. *Chương trình 25 năm Internet Việt Nam và Internet day 2022* cũng đưa ra những con số ấn tượng:

Nếu lượng người dùng internet trên toàn thế giới đạt 4,66 tỷ người thì ở Việt Nam, có 72,1 triệu người sử dụng internet, đạt 72% dân số. Việt Nam đứng thứ 12 trong số những quốc gia có lượng người dùng internet hằng ngày lớn nhất thế giới.

Sẽ không nói quá khi khẳng định, chính thiết bị di động thông minh, hiện đại có kết nối internet đã làm thay đổi văn hoá xem truyền hình của công chúng. Khi văn hoá xem thay đổi, phần lớn công chúng sẽ cảm thấy những trải nghiệm xem truyền hình tuyến tính không còn phù hợp với điều kiện của mỗi cá nhân. Từ đó, họ muốn được cải thiện tốt hơn hoạt động này trên nhiều màn hình khác nhau, nội dung được cá nhân hoá, phù hợp với không gian và thời gian tổ chức sinh hoạt sống. Thêm nữa, họ muốn vừa xem, vừa giao tiếp xã hội, vừa phản hồi, đánh giá, chia sẻ hay đóng góp, bổ sung cho những sản phẩm truyền hình. Quan trọng hơn cả, ở mức cao nhất của thang nhu cầu, họ tự làm những sản phẩm theo sở thích, cách tiếp cận riêng và phân phối chúng trên các nền tảng truyền thông xã hội. Từ đó, kho video khổng lồ - do khán giả tự sản xuất - tiếp cận công chúng toàn cầu khắp không gian mạng.

Đơn cử như trường hợp của nền tảng chia sẻ video trực tuyến lớn thứ hai thế giới (YouTube), năm 2022, có 2 tỷ người sử dụng, 1 tỷ giờ xem/ngày, 500 giờ video mới được tải lên/phút. Hiện nền tảng này có khoảng 7 tỷ video, trung bình 4 phút 20 giây/video, tổng thời lượng của chúng là 30 nghìn tỷ phút (tương đương 57 nghìn năm). Đây là con số không có một đài truyền hình nào có được. Lợi ích thương mại mà nhà quản trị YouTube và người dùng thu được đã cho ra đời một nghề mới "Youtuber", "vlogger", "live-streamer". Tại Việt Nam, những năm gần đây, xuất hiện nhiều người dùng có thu nhập hàng chục, thậm chí hàng trăm tỷ đồng/tháng nhờ YouTube. Thực tế này đã chứng minh, công chúng đang chuyển dịch dần sang giải trí và truy cập thông tin bằng video trên nền tảng mạng xã hội.

Có thể nói, chưa bao giờ mọi thành viên trong xã hội được chủ động tiếp cận thông tin trực tuyến một cách dễ dàng như thế. Nó dẫn đến sự mờ nhạt trong khung tham chiếu quốc gia thời kỳ trước khi có internet. Nghĩa là giờ đây, người dùng, người tạo nội dung và nội dung của truyền hình sẽ có phạm vi tiếp cận lớn hơn ở mọi không gian, địa điểm. Truyền hình hoàn toàn có thể coi và sử dụng nội dung của người dùng như một nguồn tin với điều kiện phải xác minh kỹ lưỡng. Vì vậy, tiêu chuẩn phát sóng tin tức thay đổi từ phổ biến nhất quán cho đối tượng mục tiêu chuyển sang khai thác đa nền tảng để phục vụ nhiều khán giả trên toàn cầu. Nó đồng nghĩa với việc thừa nhận sự thống trị của nền tảng trực tuyến bên cạnh cách truyền tải truyền thống, thừa nhận sự tái bản nhiều lần một thông điệp qua nhiều kênh khác nhau và tạo ra xu hướng toàn cầu hoá tin tức, tạo ra việc thương mại hoá các kênh được sử dụng.

Quá trình hình thành và phát triển của truyền hình gắn liền với những thay đổi trong nhu cầu của khán giả. Nhu cầu ấy đến từ thành quả của sự phát triển công nghệ kỹ thuật số. Vậy nên có thể tổng hợp một cách khái quát nhất những giai đoạn phát triển của truyền hình thông qua sự phát triển của công nghệ và sự thay đổi trong nhu cầu của khán giả qua Bảng I.2.

Bảng I.2: Sự thay đổi của công nghệ và hành vi của công chúng qua các giai đoạn phát triển của truyền hình

	TRUYỀN HÌNH		
	QUAY SỐ (1950 - 1970)	ĐIỀU KHIỂN TỪ XA (1975 - 1999)	ĐA NỀN TẢNG (1999 - nay)
Phạm vi	Quốc gia	Đa quốc gia	Toàn cầu (gồm cả khán giả sản xuất)
Phương thức	Lan truyền sóng	Cáp/Vệ tinh/VCR	DVR/VOD/iPTV
Thiết bị	Quay số cố định	Thiết bị điều khiển từ xa	TiVo và các bản nhỏ
Thời gian	Tuyến tính	Dịch chuyển	Theo nhu cầu khán giả
Nội dung	- Khan hiếm - Nhà đài áp đặt	- Nhiều hơn - Khán giả kiểm soát	- Không giới hạn - Siêu dữ liệu/bộ lọc
Khán giả	Đại chúng	Được phân đoạn	Bị phân mảnh

Như vậy, khán giả toàn cầu lẫn khán giả Việt Nam từ chỗ thụ động chuyển sang chủ động tiếp nhận, tương tác đa chiều, thậm chí trực tiếp tạo ra nội dung và tham gia vào quá trình tổ chức sản xuất của truyền hình. Nó chứng minh một thực tế, ở truyền hình đa nền tảng, nhu cầu của khán giả đã thay đổi mạnh và đạt mức độ cao nhất (khẳng định bản thân qua các sản phẩm tự sản xuất) trong tháp nhu cầu. Bởi vậy, khán giả có quyền tiếp nhận hoặc từ chối đối với tất cả các sản phẩm truyền hình khi thấy phù hợp hoặc không phù hợp. Và cùng với thành quả của khoa học kỹ thuật, công nghệ số, sự thay đổi trong nhu cầu của khán giả là một động lực quan trọng để truyền hình truyền thống đi theo xu hướng truyền hình đa nền tảng trên phạm vi toàn cầu.

2. Cơ sở chính trị, pháp lý của xu hướng truyền hình đa nền tảng ở Việt Nam

2.1. Cơ sở chính trị

Nghị quyết số 16-NQ/TW ngày 01/8/2007 của Ban Chấp hành Trung ương Đảng khóa X về công tác tư tưởng, lý luận và báo chí trước yêu cầu mới đã đề ra quan điểm chỉ đạo: "Đối với báo chí, cần nhấn mạnh, báo chí là tiếng nói của Đảng, Nhà nước, của tổ chức chính trị - xã hội và là diễn đàn của nhân dân, đặt dưới sự lãnh đạo trực tiếp của Đảng, sự quản lý của Nhà nước và hoạt động trong khuôn khổ pháp luật; phải bảo đảm tính tư tưởng, tính chân thật, tính nhân dân, tính chiến đấu và tính đa dạng của hoạt động báo chí".

Nghị quyết Hội nghị lần thứ mười Ban Chấp hành Trung ương Đảng khóa XI (tháng 01/2015) đã nêu rõ quan điểm định hướng cho sự phát triển của báo chí Việt Nam trong giai đoạn tới. Theo đó, trên cơ sở phân tích, đánh giá sâu sắc thực trạng phát triển và quản lý báo chí với những kết quả, hạn chế, yếu kém và nguyên nhân cụ thể; đồng thời, thấy rõ xu hướng phát triển thông tin, truyền thông trên thế giới, Trung ương khẳng định sự cần thiết phải sớm ban hành và tổ chức thực hiện Quy hoạch phát triển và quản lý báo chí đến năm 2025 với 5 quan điểm chỉ đạo quy hoạch cụ thể:

Một là, báo chí là phương tiện thông tin, công cụ tuyên truyền, vũ khí tư tưởng quan trọng của Đảng và Nhà nước, diễn đàn của nhân dân đặt dưới sự lãnh đạo trực tiếp, toàn diện của Đảng, sự quản lý của Nhà nước, hoạt động trong khung khổ pháp luật.

Hai là, phát triển báo chí đi đôi với quản lý tốt, nâng cao năng lực, xây dựng nền báo chí cách mạng nước ta: *chuyên nghiệp, hiện đại, nhân văn*, tuyên truyền chủ trương, đường lối của Đảng, chính sách, pháp luật của Nhà nước, thành tựu công cuộc đổi mới đất nước, xây dựng và bảo vệ Tổ quốc, đáp ứng nhu cầu thông tin của nhân dân, đại đoàn kết toàn dân tộc, tạo đồng thuận trong xã hội, định hướng tư tưởng và thẩm mỹ, góp phần nâng cao dân trí, phát triển nền văn hóa và con người Việt Nam.

Ba là, Nhà nước có cơ chế, chính sách tài chính, đào tạo đội ngũ để tạo điều kiện cần thiết cho báo chí hoàn thành nhiệm vụ chính trị. Đồng thời, khuyến khích các cơ quan báo chí tăng cường huy động nguồn lực phát triển, trên cơ sở bảo đảm đúng tôn chỉ, mục đích, không chạy theo lợi nhuận thuần túy, không để tư nhân sở hữu báo chí, không để nhóm lợi ích chi phối báo chí.

Bốn là, phát triển báo chí phù hợp với xu hướng phát triển khoa học - công nghệ và xu hướng phát triển thông tin, truyền thông thế giới.

Năm là, kết hợp chặt chẽ các loại hình báo chí. Đồng thời, phát huy lợi thế của các phương tiện, dịch vụ trên mạng internet nhằm chủ động cung cấp thông tin chính thống, có định hướng, tăng diện bao phủ trong nước và quốc tế, hạn chế ảnh hưởng tiêu cực và bảo đảm an toàn, an ninh thông tin mạng.

Như vậy, có 4/5 quan điểm chỉ đạo khuyến khích báo chí phát triển theo hướng hiện đại, công nghệ. Và truyền hình đa nền tảng hoàn toàn đáp ứng được các quan điểm chỉ đạo này.

Đến Đại hội XII của Đảng, Đảng ta nhấn mạnh: Chú trọng công tác quản lý các loại hình thông tin trên internet để định hướng tư tưởng và thẩm mỹ cho nhân dân, nhất là cho thanh niên, thiếu niên[1]. Có thể thấy, xã hội càng phát triển thì báo chí, truyền thông càng có vai trò to lớn, ảnh hưởng mạnh mẽ đến mọi mặt của đời sống xã hội. Do vậy, công tác quản lý không những phải theo kịp sự phát triển nhanh chóng của báo chí, truyền thông mà còn phải định hướng kịp thời, đúng đắn cho sự phát triển hợp lý, hiệu quả hệ thống báo chí, truyền thông của đất nước.

Tại Đại hội XIII của Đảng, Đảng ta cũng đã chỉ rõ: "Xây dựng nền báo chí, truyền thông chuyên nghiệp, nhân văn và hiện đại. Thực hiện tốt quy hoạch, phát triển hệ thống báo chí, truyền thông. Sắp xếp ngành xuất bản, in và phát hành theo hướng *tinh gọn, chất lượng, hiện đại hóa. Tăng cường quản lý và phát triển các loại hình truyền thông, thông tin trên internet.* Kiên quyết đấu tranh, loại bỏ các sản phẩm, thông tin độc hại, xuyên tạc, phản động, ảnh hưởng xấu đến ổn định chính trị - xã hội, thuần phong mỹ tục"[2].

Đảng ta cũng đã ban hành một số chỉ thị về công tác an ninh mạng, công tác liên quan đến báo chí như: Chỉ thị số 41-CT/TW ngày 24/3/2020 của Ban Bí thư về tăng

---

1. Xem Đảng Cộng sản Việt Nam: *Văn kiện Đại hội đại biểu toàn quốc lần thứ XII*, Nxb. Chính trị quốc gia Sự thật, Hà Nội, 2016, tr. 129.

1. Đảng Cộng sản Việt Nam: *Văn kiện Đại hội đại biểu toàn quốc lần thứ XIII,* Nxb. Chính trị quốc gia Sự thật, Hà Nội, 2021, tr.146.

cường phối hợp và triển khai đồng bộ các biện pháp bảo đảm an toàn, an ninh mạng; Chỉ thị số 43-CT/TW ngày 08/4/2020 của Ban Bí thư về tăng cường sự lãnh đạo của Đảng đối với hoạt động của Hội Nhà báo Việt Nam trong tình hình mới,...

2.2. Cơ sở pháp lý

Luật Báo chí năm 2016 (sửa đổi, bổ sung năm 2018) nêu rõ, đầu tư có trọng tâm, trọng điểm trong các lĩnh vực đào tạo, bồi dưỡng nhân lực về chuyên môn, nghiệp vụ và quản lý hoạt động báo chí, nghiên cứu khoa học, ứng dụng công nghệ hiện đại cho các cơ quan báo chí.

Luật An ninh mạng năm 2018 nghiêm cấm hành vi thông tin sai sự thật xâm phạm quyền và lợi ích hợp pháp của cơ quan, tổ chức, cá nhân khác. Các trường hợp sử dụng mạng internet để thực hiện hành vi, người thực hiện hành vi sẽ phải chịu trách nhiệm pháp lý với hành vi của mình. Ngoài ra, luật cũng quy định cụ thể về việc bảo vệ an ninh mạng đối với hệ thống thông tin quan trọng về an ninh quốc gia; các biện pháp phòng ngừa, xử lý hành vi xâm phạm an ninh mạng; hoạt động bảo vệ an ninh mạng; các lực lượng trực tiếp tham gia vào việc bảo vệ an ninh mạng; trách nhiệm của các cơ quan, tổ chức, cá nhân và các điều khoản thi hành của Luật An ninh mạng.

Ngày 03/4/2019, Thủ tướng Chính phủ đã ban hành Quyết định số 362/QĐTTg về phê duyệt quy hoạch phát triển và quản lý báo chí toàn quốc đến năm 2025 để sắp xếp hệ thống báo chí phù hợp với tình hình mới. Theo đó, chiến lược chuyển đổi số báo chí đến năm 2025, định hướng đến năm 2030 đã đặt ra những mục tiêu và lộ trình, cụ thể: 70% cơ quan báo chí đưa nội dung lên các nền tảng số (ưu tiên các nền tảng số trong nước); 50% cơ quan báo chí sử dụng nền tảng phân tích, xử lý dữ liệu tổng hợp tập trung, ứng dụng trí tuệ nhân tạo để tối ưu hóa hoạt động; 80% cơ quan báo chí hoạt động, vận hành mô hình tòa soạn hội tụ, phù hợp với sự phát triển của khoa học, công nghệ tiên tiến trên thế giới, sản xuất nội dung theo các xu hướng báo chí số; 100% lãnh đạo, cán bộ, phóng viên, biên tập viên các cơ quan báo chí được đào tạo, bồi dưỡng kiến thức, kỹ năng về chuyển đổi số báo chí; hình thành và phát triển các nền tảng số quốc gia cho báo chí. Giải pháp căn cốt là phát triển các sản phẩm báo chí số và nền tảng số. Sản phẩm báo chí số dựa trên thiết kế, sáng tạo các mô hình sản phẩm thông tin mới trên các nền tảng khác nhau để tăng độ tương tác với độc giả, phân phối nội dung thông tin nhanh hơn, rộng hơn và chính xác theo nhu cầu của độc giả; ứng dụng các thành tựu khoa học - công nghệ trong việc tự động hóa để thúc đẩy quá trình sản xuất nội dung. Nền tảng số là quá trình xây dựng các công cụ thu thập, xử lý dữ liệu, đánh giá, dự báo, theo dõi, giám sát chất lượng báo chí; xây dựng chỉ số đánh giá mức độ trưởng thành chuyển đổi số báo chí; thúc đẩy hình thành và phát triển nền tảng phát thanh số (trực tuyến) và nền tảng truyền hình số (trực tuyến) quốc gia; nền tảng báo chí điện tử,...

Quyết định số 348/QĐ-TTg ngày 6/5/2023 của Thủ tướng Chính phủ phê duyệt Chiến lược "Chuyển đổi số báo chí đến năm 2025, định hướng đến năm 2030". Theo đó, Chính phủ đề ra mục tiêu đến năm 2025 sẽ có: 70% cơ quan báo chí đưa nội dung lên các nền tảng số (ưu tiên các nền tảng số trong nước),...

Nghị định 167/2013/NĐ-CP do Chính phủ ban hành ngày 12/11/2013, và mới đây là Nghị định 15/2020/NĐ-CP do Chính phủ ban hành ngày 03/02/2020, quy định xử phạt vi phạm hành chính trong lĩnh vực bưu chính viễn thông, tần số vô tuyến điện, công nghệ thông tin và giao dịch điện tử.

Chính sách quản lý dịch vụ phát thanh, truyền hình được quy định tại Điều 5 Nghị định 06/2016/NĐ-CP quy định về quản lý, cung cấp và sử dụng dịch vụ phát thanh, truyền hình.

Ngày 17/6/2021, Bộ TT&TT ban hành Quyết định 874/QĐ-BTTTT ban hành Bộ Quy tắc ứng xử trên mạng xã hội.

Có thể nói, chủ trương, chỉ đạo của Đảng, chính sách, pháp luật của Nhà nước đối với sự phát triển của báo chí nói chung và truyền hình Việt Nam nói riêng chính là cơ sở thực tiễn cho việc khẳng định sự phát triển của xu hướng truyền hình đa nền tảng ở Việt Nam hiện nay. Đồng thời, chủ trương, chính sách ấy cũng giúp xu hướng truyền hình đa nền tảng của nước ta tiệm cận gần hơn và nhanh hơn với truyền hình đa nền tảng trên thế giới.

Chương II

THỰC TRẠNG XU HƯỚNG TRUYỀN HÌNH ĐA NỀN TẢNG Ở VIỆT NAM HIỆN NAY (NGHIÊN CỨU TRƯỜNG HỢP ĐÀI TRUYỀN HÌNH VIỆT NAM)

I. GIỚI THIỆU KHÁI QUÁT VỀ ĐÀI TRUYỀN HÌNH VIỆT NAM VÀ CÁC KÊNH, CHƯƠNG TRÌNH THUỘC DIỆN KHẢO SÁT

1. Đài Truyền hình Việt Nam và các kênh khảo sát

Đài Truyền hình Việt Nam

Đài Truyền hình Việt Nam có tên viết tắt tiếng Việt là THVN; tên giao dịch quốc tế tiếng Anh là Vietnam Television, viết tắt là VTV. Đài Truyền hình Việt Nam chịu sự quản lý nhà nước của Bộ Thông tin và Truyền thông về báo chí. Đài Truyền hình Việt Nam thực hiện nhiệm vụ, quyền hạn quy định tại Nghị định số 10/2016/NĐ-CP ngày 01/02/2016 của Chính phủ quy định về cơ quan thuộc Chính phủ và Nghị định số 47/2019/NĐ-CP ngày 05/6/2019 của Chính phủ sửa đổi, bổ sung một số điều của Nghị định số 10/2016/NĐ-CP và những nhiệm vụ, quyền hạn cụ thể: Xây dựng, trình Chính phủ, Thủ tướng Chính phủ chiến lược, kế hoạch dài hạn, trung hạn, hằng năm và các dự án quan trọng khác của Đài Truyền hình Việt Nam và tổ chức thực hiện sau khi được phê duyệt; quản lý trực tiếp hệ thống kỹ thuật chuyên dùng của Đài Truyền hình Việt Nam để sản xuất nội dung; phát sóng trên các phương thức truyền hình vệ tinh, mặt đất và mạng truyền hình cáp; cung cấp trên nền tảng số của Đài Truyền hình Việt Nam và nền tảng số khác các chương trình, kênh chương trình ở trong nước và ra nước ngoài theo quy định của pháp luật.

Các kênh khảo sát

Kênh Thời sự - Chính luận - Tổng hợp (VTV1): Là kênh sản xuất các chương trình thời sự, chính luận do Ban Thời sự của đài thực hiện với hàng loạt các tin tức, chuyên mục cập nhật nhằm truyền tải thông tin đến người xem. Bên cạnh đó, vào một số khung giờ nhất định, VTV1 cũng dành một phần thời lượng để phát sóng các chương trình tổng hợp khác của Đài Truyền hình Việt Nam.

Trung tâm Sản xuất và Phát triển Nội dung số (VTV Digital): Là đơn vị trực thuộc Đài Truyền hình Việt Nam có chức năng chủ trì sản xuất, phát triển, kinh doanh nội dung số, sản phẩm số trên các hạ tầng truyền dẫn của Đài Truyền hình Việt Nam và các hạ tầng truyền dẫn đa phương tiện khác (viễn thông, internet: không gồm các kênh sóng của Đài Truyền hình Việt Nam).

Kênh truyền hình quốc gia khu vực Đông Nam Bộ (VTV9): VTV9 nằm trong hệ thống 9 kênh truyền hình quảng bá của Đài Truyền hình Việt Nam. Kênh được phát sóng với thời lượng 24/7 có nội dung bao gồm: các chương trình tin tức, chuyên mục, thể thao, giải trí được xây dựng dựa trên chất liệu và thị hiếu khán giả tại miền Nam.

2. Các chương trình khảo sát

Chương trình "Việt Nam hôm nay" - VTV1: Lên sóng số đầu tiên vào ngày 01/01/2019, "Việt Nam hôm nay" có nhiệm vụ thay thế chương trình quen thuộc "Cuộc sống thường ngày" trên sóng kênh Thời sự - Chính luận - Tổng hợp (VTV1), Đài Truyền hình Việt Nam. Tiêu chí hàng đầu của "Việt Nam hôm nay" là theo sát dòng chảy tin tức và sự kiện diễn ra trong ngày. Cung cấp thông tin cập nhật, phân tích chuyên sâu, đa chiều giúp khán giả có cái nhìn toàn cảnh về những gì diễn ra hôm nay ở trong nước và thế giới.

Chương trình "5 phút hôm nay" - VTV1: Là một trong bốn chương trình nằm trong kế hoạch đổi mới khung chương trình trên kênh VTV1 của Ban Thời sự, Đài Truyền hình Việt Nam trong năm 2019. "5 phút hôm nay" lên sóng VTV1 từ ngày 01/9/2019. Đúng như tên gọi của chương trình, thời lượng bản tin sẽ không vượt quá 5 phút và phát sóng 12:15 phút hằng ngày. Chương trình cung cấp những thông tin liên quan đến sự an toàn của mỗi người và gia đình: an ninh trật tự, an toàn giao thông, an toàn lao động,... để cảnh báo, nhắc nhở và chỉ dẫn về an toàn cho cộng đồng.

Chương trình "Chuyển động 24h" - VTV Digital: Lên sóng buổi đầu tiên vào 11:15 phút ngày 10/10/2015 trên kênh VTV1, "Chuyển động 24h" được xem là bước "thử lửa" đầu tiên của những người trẻ thuộc Trung tâm Sản xuất và Phát triển nội dung số (VTV Digital), Đài Truyền hình Việt Nam. Với format hoàn toàn mới hướng tới người đọc sử dụng các thiết bị đa phương tiện, bản tin được xây dựng theo đúng tiêu chí "chuyển động" cùng thời gian sống hằng ngày. Bản tin cung cấp cho người xem những tin tức mới nhất, thời sự nhất với góc nhìn mới, bình luận sắc sảo với phong cách thể hiện hiện đại và trẻ trung.

Chương trình "Chống buôn lậu, gian lận thương mại - Bảo vệ người tiêu dùng" - VTV Digital: Với thời lượng 3 phút, bản tin là sự phối hợp giữa Đài Truyền hình Việt Nam và Ban chỉ đạo Quốc gia chống buôn lậu, gian lận thương mại và hàng giả (Ban Chỉ đạo 389) nhằm hạn chế nạn buôn lậu, hàng cấm và gian lận thương mại, sản xuất, kinh doanh hàng giả và các hành vi kinh doanh trái phép khác, góp phần làm lành mạnh thị trường, bảo vệ quyền, lợi ích hợp pháp của người tiêu dùng, doanh nghiệp, tăng thu ngân sách.

Chương trình "Toàn cảnh 24h" - VTV9: Phát sóng vào 11:30 phút từ thứ hai đến chủ nhật hằng tuần trên VTV9, chương trình "Toàn cảnh 24h" đã và đang mang đến cho khán giả cái nhìn toàn diện nhất về những vấn đề của cuộc sống hằng ngày. Nội dung của "Toàn cảnh 24h" là những sự kiện, vấn đề nổi bật về chính trị, kinh tế, văn hóa, xã hội trong nước và thế giới diễn ra trong tuần hoặc những câu chuyện từ cuộc sống hằng ngày nhưng lại mang thông điệp lớn, tác động đến đời sống xã hội.

Chương trình "Chuyển động đa chiều" - VTV9: "Chuyển động đa chiều" là một trong những chương trình được ra mắt từ đầu tháng 3/2021 của kênh VTV9 để đáp ứng nhu cầu, thị hiếu của khán giả, đặc biệt là khán giả phương Nam. Phát sóng lúc 20:30 phút từ thứ hai đến thứ sáu hằng tuần, "Chuyển động đa chiều" mang đến cho khán giả những thông tin về chính sách kinh tế - xã hội giúp người dân có những cập nhật nhanh và mới nhất. Ngoài ra, chương trình còn mang đến những thông tin nóng, được cập nhật liên tục với nhiều câu chuyện cảnh báo cho người dân, những hình ảnh hấp dẫn của lĩnh vực giải trí trong và ngoài nước.

II. THỰC TRẠNG XU HƯỚNG TRUYỀN HÌNH ĐA NỀN TẢNG Ở ĐÀI TRUYỀN HÌNH VIỆT NAM

1. Các xu hướng phát triển

Báo chí nói chung và truyền hình nói riêng đang trải qua một giai đoạn chuyển đổi mạnh để thích ứng với thế giới kỹ thuật số. Lúc đầu, các nền tảng hoạt động nhờ internet được truyền hình đón nhận khá tích cực bởi chúng tạo điều kiện thuận lợi cho việc sản xuất, phân phối, truy cập nội dung. Tuy nhiên, sau hơn hai thập kỷ, có thể sự đón nhận ấy đã không còn như lúc đầu, truyền hình nhận ra mình đang dần mất đi quyền tự chủ tin tức. Và nó cần phải xem xét cách thức sản xuất, phân phối nội dung, mối quan hệ với khán giả và cách ứng phó với lượng lớn thông tin phản hồi từ các nền tảng để thích nghi và phát triển. Do vậy, khi khảo sát xu hướng truyền hình đa nền tảng, bên cạnh việc dựa vào các tiêu chí nhận diện, còn dựa trên những cơ chế, thuật toán của nền tảng và bản chất của mối quan hệ giữa truyền hình và nền tảng làm cơ sở để chỉ ra thực trạng, cụ thể: chiến lược lưu trữ; chọn lựa nội dung để phân phối; tận dụng thế mạnh của nền tảng để gây sự chú ý; củng cố mối quan hệ với khán giả.

- *Truyền hình đa nền tảng có xu hướng lưu trữ hỗn hợp trên các nền tảng*

Khi tiến hành phân tích tỷ lệ tin/phóng sự phân phối trên VTVgo, Facebook, YouTube đã sử dụng án mã hoá bằng các biến: tin/phóng sự được phân phối trên mấy nền tảng; tin/phóng sự phân phối trên nền tảng nào; tin/phóng sự có được đính kèm/tạo link http://VTV.vn không. Kết quả cho thấy: sự khác biệt rõ rệt về đầu ra của các tin/phóng sự (xem Hình II.1). Toàn bộ nội dung của truyền hình được lưu trữ trên nền tảng ngành của cơ quan truyền hình; chỉ lưu trữ một phần nhỏ trên các nền tảng bên ngoài và đính kèm đường link đến nền tảng của cơ quan truyền hình.

Hình II.1: Tỷ lệ tin/phóng sự phân phối trên VTVgo, Facebook, YouTube

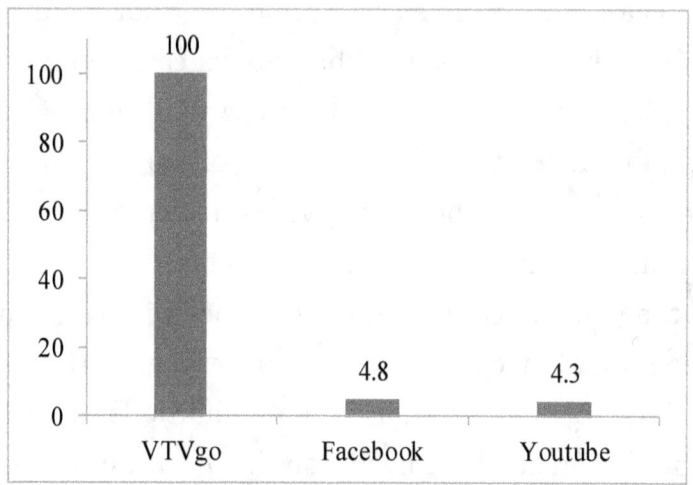

Đối với nền tảng VTVgo, có 1.045 tin/phóng sự (N = 1.045, tương đương 100%) được phân phối cố định trên VTVgo - nền tảng truyền hình số quốc gia; 100% tin/phóng sự được đính kèm link của Đài Truyền hình Việt Nam http://VTV.vn. Với Facebook, có 50 tin/phóng sự (N = 50, chiếm 4,8%) phân phối trên nền tảng mạng xã hội - Facebook; 100% tin/phóng sự được đính kèm link của Đài Truyền hình Việt Nam http://VTV.vn. Với Facebook, có 45 tin/phóng sự (N = 45, chiếm 4,3%) phân phối trên nền tảng tương tác video trực tuyến - YouTube; 100% tin/phóng sự được đính kèm link của Đài Truyền hình Việt Nam http://VTV.vn.

Kết quả khảo sát tỷ lệ nền tảng phân phối của tin/phóng sự cho thấy: Tỷ lệ tin/phóng sự phân phối trên một nền tảng (VTVgo) cao nhất (Hình II.1). Trong số 1.045 tin/phóng sự khảo sát, có 974 tin/phóng sự (93,2%) phân phối trên một nền tảng (VTVgo); 26 tin/phóng sự (2,5%) phân phối trên hai nền tảng (VTVgo và Facebook); 24 tin/phóng sự (2,3%) phân phối trên ba nền tảng (VTVgo, Facebook và YouTube); 21 tin/phóng sự (2,0%) phân phối trên hai nền tảng (VTVgo và YouTube). VTVgo đạt tỷ lệ cao nhất (93,2%); 6,8% còn lại phân phối rải rác ở cả ba nền tảng (N = 71). Điều này cho thấy, truyền hình đa nền tảng đang sử dụng cách lưu trữ hỗn hợp trên các nền tảng (xem Hình II.2).

Hình II.2: Tỷ lệ nền tảng được phân phối của tin/phóng sự

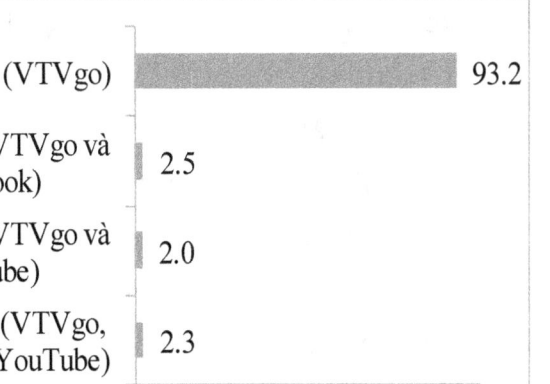

- Truyền hình đa nền tảng có xu hướng chọn lựa những nội dung mang tính địa phương để phân phối trên các nền tảng

Qua tiến hành phân tích bảng chéo Crosstabs để làm rõ tỷ lệ của 8 chủ đề (kinh tế, chính trị, giáo dục, sức khoẻ, thông tin tội phạm, giải trí, khoa học và công nghệ, dân sinh) được phân phối trên những nền tảng khảo sát và theo giả thuyết nghiên cứu đặt ra, một tin/phóng sự tương ứng với một chủ đề (biến độc lập) có thể tác động đến khả năng nhà báo chọn lựa "có" hoặc "không" phân phối trên nền tảng Facebook và Youtube (biến phụ thuộc), với việc phân tích dữ liệu, đánh giá sự khác biệt, nổi bật giữa các chủ đề trên từng nền tảng để thuận tiện so sánh cho thấy, truyền hình đa nền tảng có xu hướng chọn lựa những nội dung mang tính địa phương để phân phối trên các nền tảng xuyên biên giới/nền tảng bên ngoài, không thuộc nhà đài (xem Hình II.3). Với VTVgo, 100% tin/phóng sự thuộc 8 chủ đề đều được xuất bản trên VTVgo. Tỷ lệ này ở Facebook và YouTube ít hơn nhưng tương đối nhất quán. Chủ đề *kinh tế, chính trị, sức khoẻ, tội phạm, giải trí, khoa học và công nghệ* chiếm tỷ lệ nhỏ. *Giáo dục* và *dân sinh* là hai chủ đề được chọn lựa xuất bản nhiều nhất trên Facebook (18,4 và 18,8%) và YouTube (10,5 và 25%).

Hình II.3: Tỷ lệ phân phối tin/phóng sự theo chủ đề trên các nền tảng Facebook

Đơn vị tính: %

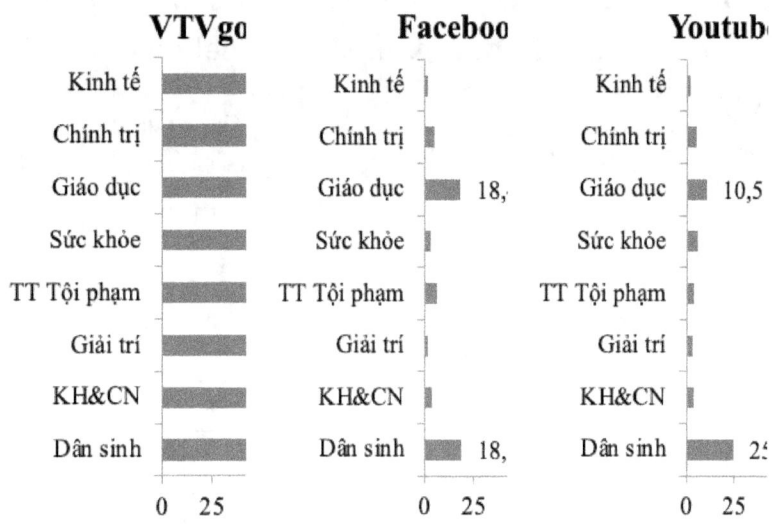

Hệ số phương sai khi chạy ANOVA so sánh việc chọn lựa các chủ đề để phân phối trên các nền tảng, không thống nhất với nhau (Sig Levenne = 0,000; Sig Welch= 0,003). Hai chỉ số này đều <0,05, chứng tỏ có sự khác nhau giữa việc chọn lựa các chủ đề và chủ đề dân sinh (M = 0,19; Sd = 0,4), giáo dục (M = 0,18; Sd = 0,4) được nhà báo chọn lựa nhiều nhất để phân phối và sản xuất trên Facebook (xem Bảng II.1). Tương tự, phép đo ANOVA cũng được thực hiện trên YouTbe. Chỉ số Sig Levenne = 0,000 và Sig Welch= 0,034 đều <0,05. Chủ đề dân sinh (M = 0,25; Sd = 0,4), giáo dục (M = 0,11; Sd =

0,3) được nhà báo chọn lựa nhiều nhất để phân phối và sản xuất trên YouTube (xem Bảng II.2).

Bảng II.1: Giá trị trung bình của các chủ đề sản xuất, phân phối trên Facebook

	N	M	Độ lệch chuẩn	Sai số chuẩn	Khoảng tin cậy 95% cho giá trị trung bình		Tối thiểu	Tối đa
					Giới hạn dưới	Giới hạn trên		
Kinh tế	197	.02	.123	.009	.00	.03	0	1
Chính trị	81	.05	.218	.024	.00	.10	0	1
Giáo dục	**38**	**.18**	**.393**	.064	.06	.31	0	1
Sức khỏe	102	.03	.170	.017	.00	.06	0	1
Thông tin tội phạm	342	.06	.246	.013	.04	.09	0	1
Giải trí	226	.02	.132	.009	.00	.04	0	1
Khoa học và công nghệ	27	.04	.192	.037	-.04	.11	0	1
Dân sinh	**32**	**.19**	**.397**	.070	.04	.33	0	1
Tổng	1.045	.05	.214	.007	.03	.06	0	1

Ghi chú: M-Giá trị trung bình; Sd-Độ lệch chuẩn

Bảng II.2: Giá trị trung bình của các chủ đề sản xuất, phân phối trên YouTube

	N	M	Độ lệch chuẩn	Sai số chuẩn	Khoảng tin cậy 95% cho giá trị trung bình		Tối thiểu	Tối đa
					Giới hạn dưới	Giới hạn trên		
Kinh tế	197	.02	.123	.009	.00	.03	0	1
Chính trị	1	.05	.218	.024	.00	.10	0	1
Giáo dục	**38**	**.11**	**.311**	.050	.00	.21	0	1
Sức khỏe	102	.06	.236	.023	.01	.11	0	1
Thông tin tội phạm	342	.04	.192	.010	.02	.06	0	1
Giải trí	226	.03	.161	.011	.01	.05	0	1
Khoa học và công nghệ	27	.04	.192	.037	-.04	.11	0	1
Dân sinh	**32**	**.25**	**.440**	.078	.09	.41	0	1
Tổng	1.045	.04	.203	.006	.03	.06	0	1

Ghi chú: M-Giá trị trung bình; Sd-Độ lệch chuẩn

- *Truyền hình đa nền tảng có xu hướng kéo dài thời gian tồn tại cho video sản phẩm trên các nền tảng*

Qua khảo sát thực tế cho thấy, Đài Truyền hình Việt Nam kéo dài thời gian tồn tại cho các sản phẩm của mình bằng cách tận dụng những thế mạnh/thuật toán/điều khoản sử dụng/quy định của từng nền tảng. Trước tiên phải khẳng định, hoạt động này thường được tiến hành sau khi phát sóng tuyến tính. Dựa vào các nút xã hội, thuật toán và định dạng kỹ thuật của nền tảng, truyền hình kéo dài thời gian tồn tại của mình bằng nhiều hoạt động. Nói cách khác, truyền hình đa nền tảng đang cố gắng thu hút người dùng/khán giả chú ý đến sản phẩm của mình bằng cách dựa vào quy định và thuật toán của các nền tảng.

Ở cấp độ thứ nhất: Tin/phóng sự của truyền hình được định dạng lại theo thông số kỹ thuật mà mỗi một nền tảng yêu cầu. 100% tin/phóng sự đều được định dạng mới với những thông số kỹ thuật (16:9) phù hợp với từng nền tảng mà nó phân phối. Đây là điều kiện cần để các video thành phẩm của truyền hình có thể xuất bản, lưu trữ trên các nền tảng. Bên cạnh đó, khi tồn tại trên nền tảng, những thông số kỹ thuật này khiến tin/phóng sự tương thích với tất cả các hệ điều hành, các thiết bị của người dùng/khán giả. Đây là cấp độ cơ bản nhưng quan trọng.

Ở cấp độ thứ hai: Truyền hình khai thác phần ký tự của video trên các nền tảng để bước đầu kích thích sự chú ý của công chúng cho tin/phóng sự của mình. Đối với VTVgo: 100% tin/phóng sự để tên chương trình; Facebook: 100% để title và caption, 100% caption được viết theo phong cách hài hước (kích thích tiếng cười)/trào phúng (chế giễu); YouTube: 100% để title. Kết quả này khớp với phần khảo sát nhà báo (trình bày ở phần tiếp theo), với 55,1% nhà báo thực hiện việc này "ít nhất một lần/ngày". Mục đích của hoạt động khai thác ký tự của video ở mỗi nền tảng nhằm kích thích sự tò mò và ham muốn xem của người dùng/công chúng. Hơn nữa, nó phù hợp với văn hoá đọc lướt và nhu cầu nắm bắt thông tin nhanh của khán giả online.

Ở cấp độ thứ ba: Truyền hình tận dụng thế mạnh riêng của từng nền tảng để gây sự chú ý và kéo dài thời gian tồn tại cho tin/phóng sự của mình. Ở Facebook: 56,9% tin/phóng sự được tạo Facebook Reels; 90,2% tin/phóng sự được tạo Faccbook Watch; 98% gắn Hashtag từ khoá. Ở YouTube: YouTube Short (87%), tác vụ Card/End Screen (95,7%), YouTube Time Labels (95,7%), Thumbnail (95,7%). Khảo sát cũng cho thấy, đối với nền tảng của mình, Đài Truyền hình Việt Nam hầu như không có các hành vi/tác vụ nào để kéo dài thời gian tồn tại. Ngoại trừ hành vi/tác vụ ở cấp độ 1, nút share trên giao diện ở VTVgo (cấp độ 3). Lý do: Có thể Đài Truyền hình Việt Nam xác định rõ, ở thời điểm hiện tại, VTVgo đang hoàn thiện và ưu tiên hơn cho chức năng lưu trữ gốc và chỉ dẫn trên môi trường đa nền tảng.

- *Truyền hình đa nền tảng có xu hướng quan tâm đến phản ứng của khán giả với video sản phẩm trên các nền tảng*

Qua khảo sát thực tế bằng cách tạo các biến/biến giả: tin/phóng sự có bao nhiêu lượt xem/thích/chia sẻ/bình luận và nhập số lượng; tin/phóng sự có được bổ sung thông tin và vận động khán giả thích, chia sẻ, bình luận không? Kết quả cuộc khảo sát cho thấy, truyền hình dựa vào các chỉ số được lượng hoá của người dùng và tương tác với họ trên các nền tảng để biết phản ứng của khán giả (xem Bảng II.3). Về lượt xem: Facebook đứng thứ nhất; YouTube đứng thứ hai; VTVgo đứng thứ ba. Không chỉ dừng lại ở việc theo dõi, kết quả phân tích nội dung cho thấy, 90% tin/phóng sự được nhà báo bổ sung thêm thông tin và kêu gọi khán giả thích, chia sẻ, bình luận,... trên giao diện của nền tảng. Điều đó cho thấy, đây là hoạt động nhận được sự quan tâm rất nhiều của đội ngũ nhà báo đối với sản phẩm của họ trên mỗi nền tảng. Việc này vừa giúp họ tham khảo được nhiều chiều thông tin, vừa kéo gần khoảng cách giữa nhà báo nói riêng và truyền hình nói chung với công chúng/khán giả.

Bảng II.3: Điểm trung bình các tính năng dùng để theo dõi phản hồi của công chúng trên các nền tảng

Trung bình (M)	VTVgo	Facebook	Youtube
Lượt xem	1977,71	211704,00	78256,91
Lượt thích	0	5031,66	865,58
Lượt chia sẻ	0	0,02	0
Lượt bình luận	0	149,64	0

Việc quan tâm đến phản ứng của khán giả với sản phẩm của mình vừa giúp truyền hình có những định hướng tốt hơn trong tổ chức sản xuất nội dung, vừa có những sản phẩm gần nhất với nhu cầu của công chúng. Mức độ đồng ý trong việc "tổ chức sản xuất dựa trên những thông tin có được từ các nền tảng" khi khảo sát nhà báo của VTV ở ngưỡng rất cao (M = 4,58; Sd = 0,72; N = 343). Hơn nữa, họ còn sử dụng, khai thác đồng thời cả nền tảng cá nhân mỗi nhà báo và nền tảng của cơ quan để đem lại hiệu quả cao nhất cho hoạt động này.

2. Sự thích nghi của nhà báo

2.1. Những việc làm của nhà báo khi thích nghi với VTVgo, Facebook, YouTube

Trong bối cảnh công nghệ thông tin và truyền thông phát triển với tốc độ như vũ bão hiện nay, truyền hình đa nền tảng trở thành xu hướng tất yếu, là điều kiện bảo đảm sự "sống còn" của ngành truyền hình trước kỷ nguyên số hóa. Trước những tác động mạnh mẽ từ internet, hệ thống mạng xã hội và truyền thông số, cuộc khảo sát sự thích nghi của 343 nhà báo truyền hình tại Đài Truyền hình Việt Nam được tiến hành để khám phá xu hướng truyền hình đa nền tảng giúp họ hình thành những thói quen, kỹ năng tác nghiệp mới nào khi cộng sinh với VTVgo, Facebook, YouTube. Kết quả phân tích tần suất thích nghi cụ thể ở mỗi nền tảng được thể hiện dưới dạng điểm trung bình và tỷ lệ phần trăm ở các tần suất tương ứng. Kết quả cuộc khảo sát cho thấy như sau:

- Với nền tảng mạng xã hội - Facebook

Với Facebook, chỉ số thích nghi của nhà báo được tạo ra bởi sự kết hợp giữa các hành vi (Nine items; range = 1-5; M = 3,8 ; Sd = 1,4): (1) Tạo "Facebook Reels" cho thành phẩm, và đăng, sau khi phát sóng; (2) Dựng và đăng "Facebook Watch" cho thành phẩm (theo định dạng 16:9, đuôi .MP4 hoặc .MOV); (3) Viết dòng tiêu đề/giới thiệu của video, theo phong cách hài hước/trào phúng; (4) Đăng và đính kèm cùng video liên kết tới mục chứa thành phẩm, trong https://VTV.vn; (5) Bổ sung thông tin và kêu gọi khán giả "thích", "chia sẻ", "bình luận",… cho bài đăng; (6) Gửi từ khoá của bài đăng cho người dùng mới và mời họ "tìm kiếm"/"theo dõi"; (7) Gắn "Hashtag" từ khoá của bài đăng, để người dùng dễ tìm thấy video; (8) "Livestream" các chương trình, trên Facebook (nếu cần); (9) Bật chế độ tự động chạy phụ đề cho video thành phẩm.

Kết quả cho thấy, trên thang đo từ "Không đồng ý" đến "Hoàn toàn đồng ý", 9 hành vi thích nghi với Facebook của nhà báo có giá trị thực tế và được họ thường xuyên thực hành ở tần suất rất cao (xem Bảng II.4). Hành vi số 3 (M = 3,92; Sd = 1,36) và số 7 (M= 3,92; Sd = 1,35) đang có chỉ số cao bằng nhau và cao nhất. Khi phân tích trọng số nhân tố của mối quan hệ tương quan giữa sự thích nghi với Facebook của nhà báo và các hành vi cho kết quả cao, giá trị thang đo đều ≥ 0,9. Điều đó chứng minh, nhà báo sẵn sàng ở tâm thế tích cực nhất để thích nghi với đồng thời nhiều tính năng của Facebook - nền tảng mạng xã hội có số lượng người dùng lớn.

Bảng II.4: Những hành vi của nhà báo để thích nghi cùng Facebook

TT	Hành vi	M	Sd	F
1	Tạo "Facebook Reels" cho thành phẩm và đăng, sau khi phát sóng	3,43	1,64	0,86
2	Dựng và đăng "Facebook Watch" cho thành phẩm (theo định dạng 16:9, đuôi .MP4 hoặc .MOV)	3,87	1,41	0,98
3	Viết dòng tiêu đề/giới thiệu của video, theo phong cách hài hước/trào phúng	3,92	1,36	0,97
4	Đăng và đính kèm cùng video liên kết tới mục chứa thành phẩm, trong https://VTV.vn	3,90	1,38	0,98
5	Bổ sung thông tin và kêu gọi khán giả "thích", "chia sẻ", "bình luận",… cho bài đăng	3,89	1,39	0,97
6	Gửi từ khoá của bài đăng cho người dùng mới và mời họ "tìm kiếm"/ "theo dõi"	3,83	1,49	0,97
7	Gắn "Hashtag" từ khoá của bài đăng, để người dùng dễ tìm thấy video.	3,92	1,35	0,96
8	"Livestream" các chương trình trên Facebook (nếu cần).	3,75	1,50	0,96
9	Bật chế độ tự động chạy phụ đề cho video thành phẩm.	3,87	1,43	0,97

Ghi chú: N = 343; M-Điểm trung bình/5; Sd-Độ lệch chuẩn; F-Trọng số nhân tố

"Viết dòng tiêu đề/giới thiệu của video theo phong cách hài hước/trào phúng" được các nhà báo thực hành nhiều nhất với 55,1% nhà báo vận dụng cách viết mở đầu này "ít nhất một lần/ngày" và đạt 3,92 điểm trung bình/5 về tần suất thực hiện. Tiêu đề/giới thiệu của video cần khác biệt, gây được sự chú ý, kích thích trí tò mò của khán giả/người dùng - độc, lạ, hấp dẫn. Đây là bước thành công đầu tiên khiến họ muốn xem và tương tác với tác phẩm. Bên cạnh đó, văn hoá đọc lướt - nhu cầu nắm bắt thông tin nhanh, nổi bật trong ngày - mang tính phổ biến ở nhóm công chúng Gen Z/người yêu công nghệ. Vì vậy, nó được cho là yếu tố ảnh hưởng đến thói quen làm việc của nhà báo. Đồng thời, rút ngắn khoảng cách giữa công chúng, tin tức và nhà báo.

"Gắn "Hashtag" từ khoá của bài đăng để người dùng dễ tìm thấy video" có điểm trung bình bằng hành vi 3 (3,92 điểm) và tần suất thực hiện tính năng "Hashtag" "ít nhất một lần/ngày" của nhà báo đạt 54,8%. Đây là một trong những tính năng quan trọng của Facebook. Về bản chất, nó là thuật toán giúp tăng khả năng tìm kiếm, lượng chạm, theo dõi nội dung, kết nối khán giả, thông qua chủ đề chung - công cụ hữu dụng để quảng cáo thương hiệu, sản phẩm,...

Mặc dù, có điểm xếp sau hai hành vi trên nhưng "đăng và đính kèm cùng video liên kết tới mục chứa thành phẩm trong https://VTV.vn" được đông đảo nhà báo thực hiện "ít nhất một lần/ngày" với tần suất cao (55,4%). Trích dẫn đến trang báo điện tử chính thống của Đài Truyền hình Việt Nam không chỉ giúp tăng lượng truy cập, tương tác trên trang báo điện tử VTV News/VTVgo, mà còn bảo đảm tính pháp lý và tính chính xác, minh bạch của thông tin được chia sẻ trong video, từ đó tạo niềm tin nơi công chúng; đồng thời, phát hiện, ngăn chặn và xử lý các thông tin sai lệch hay vi phạm pháp luật. Bởi tin/bài trên VTV.vn luôn phải tuân thủ nhiều quy định khắt khe về bản quyền, đạo đức và pháp luật. Ngoài ra, nó giúp tăng khả năng nhận diện thương hiệu của Đài Truyền hình Việt Nam trên môi trường số thông qua các video sản phẩm.

Thấp nhất là hành vi số 1 (M= 3,43; Sd = 1,64) với 20% số người được hỏi không sử dụng tính năng này. Mặc dù nó khá được ưa chuộng, dễ "gây nghiện" nhưng thường không đủ để truyền đạt trọn vẹn thông điệp truyền hình. Đồng thời, theo nghiên cứu của Bridge Chronicle, Reels khiến người dùng ngày càng giảm sự chú ý vào một nội dung nào đó dẫn đến nguồn phát không đánh giá được hiệu quả của truyền thông khi thiếu vắng nguồn nhận.

Như vậy, sự khác biệt về điểm số giữa các hành vi không lớn. Điều đó chứng tỏ, các tính năng của Facebook có thể bổ trợ hiệu quả cho nội dung thông tin, phạm vi tiếp cận, lưu lượng truy cập. Cộng sinh với Facebook là cách nhà báo truyền hình đáp ứng nhu cầu đa dạng của công chúng ngày nay trong môi trường có sức chứa và lan tỏa thông tin khổng lồ. Hay nói cách khác, Facebook đóng vai trò khá quan trọng thúc đẩy xu hướng truyền hình đa nền tảng. Do vậy, nhà báo muốn đi đường dài, khẳng định vị thế thì luôn cần thay đổi để phù hợp với bối cảnh công nghệ số.

- Với nền tảng chia sẻ video trực tuyến - YouTube

Với YouTube, chỉ số thích nghi của nhà báo được tạo ra bởi sự kết hợp giữa 11 hành vi (Eleven items; range = 1-5; M = 3,9; Sd = 1,4): 1. Tạo "YouTube Short" cho thành phẩm và đăng sau khi phát sóng; 2. Dựng và đăng video dài (theo định dạng 16:9, đuôi .MOV, .MPEC-1, .MPEG4, .WMV,...); 3. Đăng toàn bộ thành phẩm và đính kèm cùng nó liên kết đến kênh, nền tảng chính thức của VTV (https://VTV.vn, Fanpage, YouTube,...); 4. Bổ sung thông tin và kêu gọi người dùng "thích", "chia sẻ", "bình luận",... cho video; 5. Khuyến khích người dùng "theo dõi" kênh; 6. Gắn "Hashtag" từ khoá phổ biến, liên quan đến video để YouTube hiểu, phân loại nội dung; 7. Bổ sung dữ liệu cho tác vụ "Card" và "End Screen" để quảng bá, tăng lượt xem, giới thiệu video tiếp theo của kênh; 8. Dùng "YouTube Time Labels" để giúp khán giả chuyển đến đoạn họ thích, trong video; 9. Viết mô tả cho video một cách ngắn gọn, hấp dẫn để đem lại trải nghiệm tốt cho người xem và hiển thị trong trình tìm kiếm; 10. Chọn lọc "Thumbnail" của video để kích thích sự tò mò người xem;

11. "Livestream", các chương trình trên YouTube - nếu cần. Kết quả cho thấy, các nhà báo dành nhiều thời gian cho việc thích nghi với YouTube hơn Facebook (xem Bảng II.5), biểu hiện qua số điểm trung bình/5 mức độ "Đồng ý", "Hoàn toàn đồng ý" của các hành vi. Gần như tất cả các trạng thái, loại hình tính năng của YouTube được sử dụng ở tần suất cao (M = 3,89; Sd = 1,4). Hành vi số 3 (M = 3,95; Sd = 1,5) cao nhất. Chức năng tạo YouTube Short (hành vi số 1) thấp nhất (M = 3,78; Sd = 1,58). Giá trị thang đo trong phân tích trọng số nhân tố cho kết quả ở ngưỡng rất cao (≥ 0,95).

Bảng II.5: Những hành vi của nhà báo để thích nghi cùng YouTube

TT	Hành vi	M	Sd	F
1	Tạo "YouTube Short" cho thành phẩm và đăng, sau khi phát sóng.	3,78	1,58	0,95
2	Dựng và đăng video dài (theo định dạng 16:9, đuôi .MOV, .MPEC-1, .MPEG4, .WMV,…).	3,92	1,48	0,99
3	Đăng toàn bộ thành phẩm và đính kèm cùng nó liên kết đến kênh, nền tảng chính thức của VTV (https://VTV.vn, Fanpage, YouTube,…)	3,95	1,46	0,99
4	Bổ sung thông tin và kêu gọi người dùng "thích", "chia sẻ", "bình luận",… cho video	3,90	1,47	0,97
5	Khuyến khích người dùng "theo dõi" kênh	3,92	1,43	0,96

TT	Hành vi	M	Sd	F
6	Gắn "Hashtag" từ khoá phổ biến, liên quan đến video, để YouTube hiểu, phân loại nội dung	3,91	1,47	0,97
7	Bổ sung dữ liệu cho tác vụ "Card" và "End Screen", để quảng bá, tăng lượt xem, giới thiệu video tiếp theo của kênh	3,92	1,46	0,99
8	Dùng "YouTube Time Labels", để giúp khán giả chuyển đến đoạn họ thích trong video	3,92	1,46	0,98
9	Viết mô tả cho video một cách ngắn gọn, hấp dẫn, để đem lại trải nghiệm tốt cho người xem và hiển thị trong trình tìm kiếm.	3,93	1,43	0,98
10	Chọn lọc "Thumbnail" của video để kích thích sự tò mò người xem	3,91	1,46	0,98
11	"Livestream" các chương trình, trên YouTube (nếu cần)	3,78	1,61	0,95

Ghi chú: N = 343; M-Điểm trung bình/5; Sd-Độ lệch chuẩn; F-Trọng số nhân tố

Thói quen của nhà báo hình thành thông qua 11 hành vi và xuất phát từ những tính năng/điều khoản/quy định của YouTube. Đáng chú ý, hành vi số 3 "đăng toàn bộ thành phẩm và đính kèm cùng nó liên kết đến kênh, nền tảng chính thức của VTV (https://VTV.vn , Fanpage, YouTube,...)" được thực hiện nhiều nhất. Đây là tính năng nổi trội nhất của YouTube và rất phù hợp với video truyền hình. Việc đính kèm link vừa khẳng định bản quyền, kích thích sự tra cứu với trang nguồn, vừa lan truyền thương hiệu VTV trên môi trường trực tuyến.

Giống như Reels của Facebook, ở nền tảng YouTube, chức năng tạo YouTube Short (hành vi số 1) ít được các nhà báo đặt ở vị trí quan trọng nhất, song tần suất sử dụng vẫn ở ngưỡng cao (M = 3,78; Sd = 1,58). Giá trị thang đo (cột F, Bảng II.5) trong phân tích trọng số nhân tố cho kết quả gần như tối đa (≥ 0,95). Nó chứng tỏ tính thực tiễn và tần suất thực hiện dày đặc các hành vi này của nhà báo. Bên cạnh Facebook, Youtube cũng được đánh giá là một trong những nền tảng truyền thông xã hội hàng đầu, nổi bật về khả năng chia sẻ video trực tuyến vượt trội. Bởi thế vài năm trở lại đây, Đài Truyền hình Việt Nam bắt đầu triển khai thí điểm phân phối trên nền tảng này như: Chương trình Chuyển động 24h, Giải mã cuộc sống, VTV Global,... Nhà báo trước xu hướng truyền hình đa nền tảng cũng thay đổi để thích nghi với YouTube thông qua 11 hành vi tương ứng với 11 tính năng nổi trội kể trên nhằm quản trị nó như một phương tiện truyền thông dưới góc độ của người dùng.

- Với nền tảng truyền hình số quốc gia - VTVgo

Với VTVgo, chỉ số thích nghi của nhà báo được tạo ra từ sự kết hợp giữa 3 mục (Three items; range = 1-5; M = 4,5; Sd = 1,2): 1. Nhóm chuyên trách của cơ quan sẽ định dạng và đăng trọn vẹn thành phẩm lên VTVgo theo các thông số tương thích; 2. Ở giao diện của VTVgo, nhà báo chạm vào nút "Chia sẻ" lên Facebook; 3. "Livestream" các chương trình trên VTVgo theo quy định của cơ quan. Kết quả cho thấy, mức độ "Đồng ý", "Hoàn toàn đồng ý" của các nhà báo xấp xỉ ngưỡng tối đa. Tần suất thực hiện các hành vi để thích nghi cùng nền tảng VTVgo của các nhà báo rất cao và có sự khác biệt rõ rệt so với Facebook, YouTube (Bảng II.6). Cả 3 chỉ báo trung bình thuộc biến số này đều ≥ 4,4. Giá trị thang đo trong phân tích trọng số nhân tố cho kết quả gần như tối đa và đứng đầu so với Facebook, YouTube (≥ 0,96).

Bảng II.6: Những hành vi của nhà báo để thích nghi cùng VTVgo

TT	Hành vi	M	Sd	F
1	Nhóm chuyên trách của cơ quan sẽ định dạng và đăng trọn vẹn thành phẩm lên VTVgo, theo các thông số tương thích	4,50	1,14	0,97
2	Ở giao diện của VTVgo, nhà báo chạm vào nút "Chia sẻ" lên Facebook	4,47	1,17	0,98
3	"Livestream" các chương trình, trên VTVgo, theo quy định của cơ quan	4,41	1,28	0,96

Ghi chú: N = 343; M-Điểm trung bình/5; Sd-Độ lệch chuẩn; F-Trọng số nhân tố

Đây là nền tảng riêng (nền tảng ngành) của Đài Truyền hình Việt Nam và do Trung tâm Sản xuất và Phát triển nội dung số - VTV Digital - phụ trách. Các nhà báo chỉ thực hiện/hỗ trợ thực hiện những hành vi từ 1-3. "Nhóm chuyên trách của cơ quan sẽ định dạng và đăng trọn vẹn thành phẩm lên VTVgo theo các thông số tương thích" là hoạt động cơ bản duy trì nền tảng và có số lượng cao nhất nhà báo tham gia khảo sát cho rằng, nó được thực hiện hằng ngày. Việc đăng tải toàn bộ các video chương trình truyền hình lên ứng dụng chứng minh: nhà đài luôn đặt lợi ích của công chúng lên hàng đầu, nhất là khi VTVgo cung cấp tính năng xem truyền hình theo yêu cầu (VOD). Đồng thời, chiến lược lưu trữ gốc được thực hiện và kiểm soát nghiêm ngặt. "Ở giao diện của VTVgo, nhà báo chạm vào nút "Chia sẻ" lên Facebook" thể hiện tính tích cực trong hoạt động thích nghi với truyền hình đa nền tảng đang duy trì và phát triển tại VTV hiện nay. Tương tự như Facebook, Youtube, nhà báo cũng có động thái tạo liên kết giữa các không gian mạng nhằm mở rộng mạng lưới. Khán giả có thể tiếp cận đa dạng kênh thông tin, từ đó đáp ứng nhu cầu phong phú của họ; đồng thời lan tỏa thêm những dòng thông tin có cùng chủ đề.

Ngoài ra, dù có số liệu thấp nhất trong ba hạng mục thích nghi cùng VTVgo nhưng "Livestream các chương trình trên VTVgo theo quy định của cơ quan" vẫn nổi bật hơn rất nhiều so với hạng mục tương tự ở nền tảng Facebook và Youtube. Hoạt động này là một phần trong chiến lược thích ứng với truyền hình đa nền tảng nhằm tạo ra sự tiện lợi và linh hoạt cho người dùng. Chỉ cần thiết bị có kết nối internet, khán giả hoàn toàn có thể truy cập, xem trực tuyến. Hơn nữa, dịch vụ livestream trên nền tảng truyền hình số quốc gia giúp VTV xây dựng cộng đồng khán giả trực truyến, mở rộng phạm vi phủ sóng nhằm hướng tới việc nâng cao vị thế, khả năng cạnh tranh với các nền tảng khác trên không gian số.

Thành lập năm 2015, Trung tâm Sản xuất và Phát triển nội dung số xác định: nền tảng truyền hình số quốc gia - VTVgo - là bước đi chiến lược của Đài Truyền hình Việt Nam nhằm thích ứng bối cảnh đa nền tảng. Với phương châm, "Miễn phí - Mọi lúc - Mọi nơi - Mọi thiết bị", VTVgo cho phép khán giả xem trực tiếp, xem lại, xem theo chủ đề mọi chương trình truyền hình độc quyền lớn nhất Việt Nam trên nhiều lĩnh vực. Đây là một bước phát triển vượt bậc của VTV trong việc cung cấp dịch vụ truyền hình cho công chúng cả nước và tăng cường sự hiện diện của VTV trên các nền tảng truyền thông kỹ thuật số song hành với sự phổ biến của các thiết bị di động và nhu cầu xem truyền hình trực tuyến gia tăng hiện nay.

2.2. Tần suất những việc làm của nhà báo khi thích nghi với VTVgo, Facebook, YouTube

- Tần suất của việc sản xuất, phân phối, tiêu thụ sản phẩm truyền hình trên VTVgo, Facebook, YouTube

Về tần suất của việc sản xuất, phân phối, tiêu thụ sản phẩm truyền hình được khảo sát trên các nền tảng (Four items; range = 1-5; M = 3,4; Sd = 0,8): 1. Nền tảng mạng xã hội - Facebook; 2. Nền tảng chia sẻ video trực tuyến - YouTube; 3. Nền tảng của Đài Truyền hình Việt Nam - VTVgo; 4. Nền tảng khác. Mỗi một nền tảng được đo lường bằng thang điểm 5, tương ứng với tần suất thực hiện của nhà báo với các hoạt động, trong đó 1. "Không bao giờ" đến 5. "Ít nhất một lần/ngày". Kết quả khảo sát cho thấy (xem Bảng II.7): Việc đăng tải, phân phối, tiêu thụ sản phẩm trên VTVgo có chỉ số cao nhất (M = 4,53; Sd = 1,16). Cao thứ hai là Facebook (M = 3,98; Sd = 1,31); cao thứ ba là YouTube (M = 3,94; Sd = 1,45). Nhìn chung, các chỉ số này đạt ngưỡng rất tốt và dao động không nhiều. Đứng cuối cùng là nền tảng khác (M = 1,17; Sd = 0,68). Đây là những nền tảng chưa chính thức được VTV cộng tác mà do cá nhân nhà báo chủ động đăng tác phẩm của mình lên, như: Zalo, Twitter, Viber,...

Bảng II.7: Tần suất việc sản xuất, phân phối, tiêu thụ sản phẩm của nhà báo trên các nền tảng

TT	Nền tảng truyền thông	M	Sd
1	Nền tảng mạng xã hội - Facebook	3,98	1,31
2	Nền tảng chia sẻ video trực tuyến - YouTube	3,94	1,45
3	Nền tảng của Đài Truyền hình Việt Nam - VTVgo	4,53	1,16
4	Nền tảng khác	1,17	0,68

Ghi chú: N = 343; M-Điểm trung bình/5; Sd-Độ lệch chuẩn

Nhà báo luôn đặt nền tảng ngành của tổ chức mình ở vị trí hàng đầu rồi mới đến nền tảng bên ngoài khác.

VTVgo được nhà báo cộng tác nhiều nhất với 4,53 điểm trung bình/5 về tần suất đăng tải và đạt 83,1% số lượng nhà báo trả lời thực hiện việc này "ít nhất một lần/ngày". Để đáp ứng nhu cầu của 8 triệu người dùng thường xuyên/tháng, các nhà báo cần trực tiếp thực hiện hoặc hỗ trợ bộ phận chuyên trách thực hiện việc cung cấp đầy đủ các thành phẩm cho VTVgo. Nó không chỉ là nhiệm vụ tổ chức sản xuất, cung cấp dịch vụ truyền hình cho khán giả cả nước mà còn là trách nhiệm xã hội hướng đến mục tiêu giảm tình trạng truy cập vào các nền tảng xuyên biên giới khó kiểm soát, bảo đảm an ninh, an toàn trên nhiều lĩnh vực hiện nay. Cùng với sự phát triển của công nghệ và thị trường truyền thông, sản phẩm truyền hình trên các nền tảng truyền thông xã hội đang dần thay đổi cách thức khán giả tiếp cận và tiêu thụ nội dung. Nói cách khác, nhà báo cũng phải thay đổi sao cho phù hợp với truyền hình đa nền tảng, từ đó hướng công chúng đến những trải nghiệm xem mới mẻ, đa dạng hơn so với truyền hình truyền thống.

- *Tần suất cộng tác với nền tảng VTVgo, Facebook, YouTube*

Khảo sát mức độ cộng tác của các nhà báo Đài Truyền hình Việt Nam với nền tảng VTVgo, Facebook, YouTube cho thấy (xem Bảng II.8): Tần suất cộng tác của nhà báo với VTVgo (M = 4,46; Sd = 1,16) cao nhất; đứng thứ hai là YouTube (M = 3,89; Sd = 1,44); đứng thứ ba là Facebook (M = 3,82; Sd = 1,38). Những chỉ số cộng tác này hoàn toàn khớp với tần suất thực hiện thói quen kỹ thuật số của nhà báo với ba nền tảng. Tuy nhiên, về mặt thứ hạng, khi so sánh với tần suất thực hiện thì có sự biến thiên nhẹ, không đáng kể. Với YouTube, ở mức độ cộng tác thì đứng thứ nhất, trong khi đó ở tần suất thực hiện thói quen kỹ thuật số đứng thứ ba (chênh 0,03 điểm). Với Facebook, dù mức độ cộng tác đứng thứ ba nhưng tần suất thực hiện thói quen kỹ thuật số lại đứng thứ hai (chênh 0,16 điểm). Do vậy, kết quả khảo sát vẫn tương đối thống nhất và có giá trị.

Bảng II.8: Tần suất cộng tác của các nhà báo với ba nền tảng

TT	Nền tảng truyền thông được nhà báo cộng tác	M	Sd
1	Mạng xã hội - Facebook	3,82	1,38
2	Chia sẻ video trực tuyến - YouTube	3,89	1,44
3	Truyền hình số Quốc gia - VTVgo	4,46	1,16

Ghi chú: N = 343; M-Điểm trung bình/5; Sd-Độ lệch chuẩn

- Tần suất kiểm tra phản ứng của khán giả trên nền tảng VTVgo, Facebook, YouTube

Tần suất kiểm tra phản ứng của khán giả/người dùng trên các nền tảng được tạo ra bởi 6 hành vi của nhà báo (Six items; range = 1-5; M = 4,4; Sd = 0,9): 1. Kiểm tra số lượt "thích"; 2. Kiểm tra số lượt "bày tỏ cảm xúc"; 3. Kiểm tra số lượt "chia sẻ"; 4. Kiểm tra số lượt "bình luận"; 5. Đọc nội dung các bình luận; 6. Kiểm tra chỉ số rating, thông qua kỹ thuật viên của cơ quan/Fanpage/kênh YouTube. Kết quả (xem Bảng II.9) cho thấy, các nhà báo dựa vào chỉ số lượng hoá phản ứng của người dùng trên các nền tảng để biết được phản ứng của khán giả. Tần suất thực hiện những việc này đều rất cao. Hành vi 1: . Kiểm tra số lượt "thích" (M = 4,54; Sd = 0,96) cao nhất; thấp nhất là hành vi 6: Kiểm tra chỉ số rating, thông qua kỹ thuật viên của cơ quan/Fanpage/kênh YouTube (M = 4,17; Sd = 1,33).

Bảng II.9: Tần suất kiểm tra phản ứng của khán giả

TT	Hành vi	M	Sd
1	Kiểm tra số lượt "thích"	4,54	0,96
2	Kiểm tra số lượt "bày tỏ cảm xúc"	4,45	1,02
3	Kiểm tra số lượt "chia sẻ"	4,43	1,01
4	Kiểm tra số lượt "bình luận"	4,48	0,94
5	Đọc nội dung các bình luận	4,53	0,90
6	Kiểm tra chỉ số rating, thông qua kỹ thuật viên của cơ quan/Fanpage/kênh YouTube	4,17	1,33

Ghi chú: N = 343; M-Điểm trung bình/5; Sd-Độ lệch chuẩn

Nhà báo thực hiện việc "Kiểm tra số lượt "thích" để kiểm chứng phản ứng của khán giả và tìm hiểu tốc độ tăng trưởng số lượt thích, từ đó đánh giá mức độ phổ biến/phủ sóng của thành phẩm, tìm hiểu mức độ đồng cảm, quan tâm của họ với nội dung nhà báo đăng tải. Mặc dù vậy, cũng cần chú ý đến hình thức tương tác này bởi thuật toán của các nền tảng được lập trình để hiển thị với tần suất cao, trên bảng tin của công chúng, dẫn đến tình trạng "like dạo". Do vậy, tính năng này chỉ mang tính tham khảo, đại diện cho một phần nhỏ trong phản hồi của công chúng.

Hoạt động "Đọc nội dung các bình luận" của công chúng đối với thành phẩm của mình, trên các nền tảng, được đội ngũ nhà báo thực hiện "ít nhất một lần/ngày" với tần suất cao. Việc này giúp các nhà báo đánh giá phản ứng của khán giả một cách khách quan, nhiều chiều hơn, thấu hiểu tâm tư, nguyện vọng của công chúng hơn. Những "bình luận" có thể là nguồn thông tin hữu ích, phát triển nhiều ý tưởng bổ trợ cho tác phẩm; phát hiện ra lỗi hoặc những thiếu sót nhằm cải thiện sản phẩm, gia tăng mức độ chính xác; xác định đặc điểm của khán giả để tạo ra nội dung phù hợp, tăng độ tương tác,... Ngoài ra, không gian ảo trên các nền tảng còn là nơi thực hiện chức năng phản biện xã hội, thu hẹp ranh giới giữa nhà báo truyền hình với khán giả. Trong môi trường số cạnh tranh khốc liệt, khán giả trực tuyến có thể có khả năng dẫn dắt, định hình sản phẩm truyền hình và nhà báo có thể thu hút sự chú ý, kéo dài thời gian tồn tại cho thành phẩm của mình bằng chính nhu cầu của khán giả, từ đó "giữ chân" họ ở lại với truyền hình. Không thể phủ nhận những thách thức mà nhà báo gặp phải khi thích nghi với truyền hình đa nền tảng, nhưng việc lắng nghe và sẵn sàng thay đổi để thích ứng, nhất là việc làm quen với các tính năng phổ biến trên các nền tảng kỹ thuật số, đã chứng minh họ đang đón nhận nó với tâm thế chủ động, tích cực.

- Hoạt động gây sự chú ý và kéo dài thời gian tồn tại cho video thành phẩm trên nền tảng VTVgo, Facebook, YouTube

Qua khảo sát hoạt động gây sự chú ý và kéo dài thời gian tồn tại cho video thành phẩm của nhà báo, trên các nền tảng kỹ thuật số, được tạo ra bởi sự kết hợp của 7 hành vi (Seven items; $\alpha = 0.94$; range = 1-5; M = 4,5; Sd = 0,6): 1. Thường xuyên truy cập vào tác phẩm trên các nền tảng để thu hút khán giả; 2. Tìm và đăng lên phần bình luận những bài có nội dung tương tự với tác phẩm để khán giả nhìn nhận đa chiều; 3. Trả lời bình luận/bổ sung thông tin để gây sự chú ý cho khán giả; 4. Gợi vấn đề mở để khán giả thảo luận trực tuyến; 5. Xem xét bình luận của khán giả để tiếp tục mở rộng, phát triển đề tài; 6. Thay đổi cách tiếp cận/cách viết phù hợp với khán giả ở đề tài tiếp theo; 7. Tổ chức sản xuất dựa trên thông tin có được từ các nền tảng. Với độ tin cậy cao ($\alpha = 0,94$), sự đồng tình của nhà báo ("Hoàn toàn đồng ý") đối với 7 hành vi đều rất cao, gần chạm ngưỡng lớn nhất (5 điểm). Điều này chứng tỏ, nhà báo tận dụng tối đa các tính năng/thế mạnh/thuật toán của nền tảng để gây sự chú ý, kéo dài thời gian tồn tại cho video thành phẩm trên nền tảng truyền thông.

Bảng II.10: Mức độ đồng ý của nhà báo với 7 hành vi sau khi biết phản ứng của khán giả

TT	Hành vi	M	Sd
1	Thường xuyên truy cập vào tác phẩm trên các nền tảng, để thu hút khán giả	4,50	0,77
2	Tìm và đăng lên phần bình luận những bài có nội dung tương tự với tác phẩm để khán giả nhìn nhận đa chiều	4,37	0,82
3	Trả lời bình luận/bổ sung thông tin để gây sự chú ý cho khán giả	4,49	0,71
4	Gợi vấn đề mở để khán giả thảo luận trực tuyến	4,54	0,77
5	Xem xét bình luận của khán giả để tiếp tục mở rộng, phát triển đề tài	4,54	0,72
6	Thay đổi cách tiếp cận/cách viết phù hợp với khán giả, ở đề tài tiếp theo	4,58	0,73
7	Tổ chức sản xuất dựa trên thông tin có được từ các nền tảng.	4,58	0,72

Ghi chú: N = 343; M-Điểm trung bình/5; Sd-Độ lệch chuẩn

Hai hành động nhận được thái độ đồng tình cao nhất của nhà báo VTV, sau khi biết được phản ứng của khán giả trên các nền tảng truyền thông xã hội gồm: 6. "Thay đổi cách tiếp cận/cách viết phù hợp với khán giả ở đề tài tiếp theo" và 7. "Tổ chức sản xuất dựa vào thông tin có được từ các nền tảng. Có thể khẳng định, nhiệm vụ hàng đầu của truyền hình là phục vụ nhân dân, phải mang tính quần chúng trong thành phẩm, đó là sự giản dị, dễ hiểu với mọi tầng lớp nhân dân. Tôn trọng và lắng nghe có tiếp thu, sửa đổi những ý kiến, phản ứng của công chúng trên các nền tảng để thay đổi tư duy và cách làm sao cho phù hợp với các nhóm khách hàng của mình, vừa giúp nhà báo truyền tải thông điệp một cách hiệu quả và thu hút, vừa chứng minh tính chuyên nghiệp và đáng tin cậy của truyền hình.

Tính tức thời, hấp dẫn luôn được đề cao trong tổ chức sản xuất truyền hình hiện nay, bởi sự "tranh giành" thị phần trên các nền tảng số. Vì vậy, dựa vào nhân dân, phát huy vai trò của nhân dân là cách thức giúp nhà báo truyền hình nhanh chóng thu thập được thông tin và sử dụng để sản xuất các chương trình, với nội dung mới, thú vị nhằm thu hút, giữ chân khán giả. Các nền tảng trực tuyến là không gian lý tưởng để nhà báo khai thác đa dạng thông tin từ người dùng, thực hiện tốt chức năng cung cấp thông tin - giao tiếp. Ngoài ra, mạng xã hội Facebook hình thành những hội nhóm chuyên môn, nơi có nhiều thông tin phong phú để đội ngũ nhà báo có thể "săn" tin, tiếp cận nhanh chóng với các sự kiện đang diễn ra.

2.3. Những kỹ năng của nhà báo được hình thành khi thích nghi với VTVgo, Facebook, YouTube

Kết quả khảo sát đội ngũ nhà báo Đài Truyền hình Việt Nam cho thấy, thói quen tác nghiệp của nhà báo đã thay đổi để phù hợp với quy trình tổ chức sản xuất mới, nơi có sự cộng tác của các nền tảng. Sự đồng tình của nhà báo đối với 3 nhóm thói quen mới này chênh lệch không đáng kể và ở mức rất cao. "Sản xuất dựa vào nhu cầu của công chúng trên các nền tảng" (α = 0,89; M = 4,57; Sd = 0,5); "Quan tâm đến sản phẩm sau khi phân phối trên các nền tảng" (α = 0,87; M = 4,60; Sd = 0,5); "Sản xuất phi định kỳ trên các nền tảng" (α = 0,89; M = 4,62; Sd = 0,6).

- Nhóm 1: Thói quen, kỹ năng sản xuất dựa vào nhu cầu của công chúng trên các nền tảng

Khảo sát sự đồng tình của nhà báo truyền hình đối với *thói quen, kỹ năng sản xuất dựa vào nhu cầu của công chúng trên các nền tảng* căn cứ trên 6 hành vi: 1. Chọn lựa tin/vấn đề được cộng đồng quan tâm trên nền tảng; 2. Liên hệ với khán giả trên nền tảng để xác minh thực tế; 3. Giới thiệu vấn đề sẽ sản xuất trên nền tảng để tham khảo ý tưởng của khán giả; 4. Đăng trailer của chương trình đã sản xuất trên nền tảng để thu hút khán giả; 5. Trích dẫn bình luận của khán giả trên nền tảng vào sản phẩm; 6. Sử dụng video/hình ảnh do khán giả cung cấp vào sản phẩm. Kết quả cho thấy, cả 6 hành vi đều nhận được sự đồng tình ("Hoàn toàn đồng ý") ở ngưỡng rất cao (xem Bảng II.11). Cao nhất là hành vi số 1: "Chọn lựa tin/vấn đề được cộng đồng quan tâm trên nền tảng" với số điểm 4,68/5 điểm và hành vi số 2: "Liên hệ với khán giả trên nền tảng để xác minh thực tế" với số điểm 4,61/5 điểm.

Bảng II.11: Mức độ đồng ý của các nhà báo với thói quen sản xuất dựa vào nhu cầu của công chúng trên các nền tảng

TT	Hành vi	M	Sd
1	Chọn lựa tin/vấn đề được cộng đồng quan tâm trên nền tảng.	4,68	0,63
2	Liên hệ với khán giả, trên nền tảng, để xác minh thực tế.	4,61	0,64
3	Giới thiệu vấn đề sẽ sản xuất, trên nền tảng, để tham khảo ý tưởng của khán giả.	4,54	0,66
4	Đăng trailer của chương trình đã sản xuất trên nền tảng, để thu hút khán giả.	4,46	0,80
5	Trích dẫn bình luận của khán giả trên nền tảng vào sản phẩm.	4,55	0,69
6	Sử dụng video/hình ảnh do khán giả cung cấp vào sản phẩm.	4,59	0,64

Ghi chú: N = 343; M-Điểm trung bình/5; Sd-Độ lệch chuẩn

Công chúng giờ đây trở thành trung tâm trên các nền tảng kỹ thuật số. Họ chủ động tiếp cận thông điệp theo sở thích, mong muốn và kiểm soát, chọn lựa cái mình nghe, xem mỗi ngày. Đối mặt với sự thay đổi trên, hầu hết các nhà báo tham gia khảo sát đều đồng tình mạnh mẽ rằng: sản phẩm truyền hình phân phối trên các nền tảng dẫn đến sự thay đổi trong thói quen tác nghiệp. Hành vi "chọn lựa tin/vấn đề được cộng đồng quan tâm, trên nền tảng" đạt mức độ đồng tình cao nhất, với 21,3% đồng ý và 74,3% hoàn toàn đồng ý. Muốn đạt được hiệu quả truyền thông, nhà báo cần tìm hiểu kỹ lưỡng về đối tượng tiếp nhận thông tin, nhu cầu của khách hàng để sản xuất các nội dung phù hợp với mong muốn, nhu cầu của họ. Ngoài ra, trong bối cảnh thông tin "không biên giới", các nền tảng luôn tạo điều kiện thuận lợi cho tất cả người dùng truy cập, lan tỏa thông điệp rộng rãi và nhanh chóng. Do vậy, việc giữ chân khán giả, đặc biệt là công chúng trong nước, giúp họ được tiếp nhận tin tức chính thống, đầy đủ, chống vấn nạn tin giả, quan điểm sai trái, thù địch trên không gian mạng trở thành vấn đề của những người làm truyền hình.

Hãng Thông tấn PRNewswire đã từng nhận định: "trên 90% số phóng viên cho rằng, các đầu mối thông tin bắt nguồn từ mạng xã hội đều có giá trị nhất định". Hay nói một cách khác, các nền tảng truyền thông là không gian chứa đựng nguồn tin và giúp nhà báo gần gũi hơn với công chúng của mình. Kết quả khảo sát đội ngũ nhà báo Đài Truyền hình Việt Nam cũng chứng minh nhận định này, với số điểm đánh giá tương đối cao, tỷ lệ "Hoàn toàn đồng ý" chiếm hơn 60% ở mỗi đáp án. Họ chủ động liên hệ, tham khảo ý tưởng, trích dẫn bình luận và sử dụng video/hình ảnh của khán giả,… Giờ đây, công chúng trở thành nguồn cung cấp thông tin, chủ đề chính yếu trên không gian mạng. Thích nghi với truyền hình đa nền tảng cũng chính là việc khẳng định ưu thế được "bầu bạn", kết nối với công chúng một cách nhanh chóng, hiệu quả của đội ngũ nhà báo truyền hình.

- *Nhóm 2: Thói quen, kỹ năng quan tâm đến sản phẩm sau khi phân phối trên các nền tảng*

Khi khán giả chủ động tiếp cận thông tin đa nền tảng, ngoài việc sản xuất dựa vào nhu cầu của công chúng, nhà báo truyền hình còn phải tiếp tục quan tâm đến sản phẩm đã đăng tải của mình. Làm vậy để họ biết được ý kiến, đánh giá của công chúng về sản phẩm và tổng hợp thông tin, từ đó cải thiện thành phẩm tương lai, tạo ra chuỗi liên kết, tương tác với khách hàng của mình. Thói quen, kỹ năng này được khảo sát qua 5 hành vi: 1. Theo dõi phản ứng của khán giả trên nền tảng; 2. Phản hồi bình luận của khán giả trên nền tảng; 3. Gợi vấn đề mở để khán giả thảo luận trực tuyến trên nền tảng; 4. Tham khảo bình luận của khán giả để mở rộng đề tài; 5. Liên hệ với khán giả có bình luận hợp lý trên nền tảng. Mức độ đồng tình của nhà báo đối với 5 hành vi này ở ngưỡng cao (xem Bảng II.12).

Bảng II.12: Mức độ đồng ý của nhà báo với thói quen quan tâm đến sản phẩm sau khi phân phối trên nền tảng

TT	Hành vi	M	Sd
1	Theo dõi phản ứng của khán giả trên nền tảng	4,61	0,64
2	Phản hồi bình luận của khán giả trên nền tảng	4,60	0,62
3	Gợi vấn đề mở để khán giả thảo luận trực tuyến trên nền tảng	4,61	0,62
4	Tham khảo bình luận của khán giả để mở rộng đề tà	4,63	0,61
5	Liên hệ với khán giả có bình luận hợp lý trên nền tảng	4,54	0,74

Ghi chú: N = 343; M-Điểm trung bình/5; Sd-Độ lệch chuẩn

Phần lớn các nhà báo Đài Truyền hình Việt Nam đều thể hiện tinh thần học hỏi, sẵn sàng thay đổi để thích ứng với xu hướng truyền hình đa nền tảng thông qua mức độ đồng tình với hành vi 4: "Tham khảo bình luận của khán giả để mở rộng đề tài", đạt điểm trung bình cao nhất (4,63/5 điểm "Đồng ý"/"Hoàn toàn đồng ý") trong tổng số 5 hành vi của nhóm thói quen này. Giống như việc tận dụng "tài nguyên" từ khán giả trong quá trình tổ chức sản xuất (phân tích ở nhóm 1), nhà báo có thể coi những bình luận của công chúng như một sự kiến tạo thông tin một cách đa diện, đa chiều về cùng một chủ đề. Năm 2015, trong một nghiên cứu về vai trò của "nhà báo công dân" trên báo điện tử của tác giả Nguyễn Hữu Hạnh, khi được hỏi về nguyên nhân khiến các tác phẩm của họ hấp dẫn công chúng, chỉ 8,6% chọn lựa "văn phong, bút pháp thể hiện phong phú, sinh động", nhưng có đến 73,5% "chọn sự kiện, thông tin mang tính thời sự nóng hổi". Khi tham khảo bình luận của khán giả, nhà báo vừa có thể có tư liệu sản xuất, vừa tạo hiệu ứng tích cực trong việc đáp ứng kỳ vọng của công chúng, từ đó hướng tới mục tiêu tăng tính tương tác, kích thích sự quan tâm, chú ý của họ tới thành phẩm của mình. Kết quả khảo sát cũng làm sáng tỏ, với những thay đổi trong việc quan tâm đến sản phẩm sau khi phân phối trên các nền tảng, đội ngũ phóng viên, biên tập viên truyền hình đang thích nghi một cách tích cực nhất để góp phần tạo nên một môi trường truyền thông lấy khán giả làm trung tâm, lấy nội dung làm điều kiện tiên quyết và coi các nền tảng như những phương tiện thiết yếu để hướng tới việc giữ vững vai trò, vị thế, quyền tự chủ của truyền hình trong bối cảnh công nghệ số.

- Nhóm 3: Thói quen, kỹ năng sản xuất phi định kỳ trên các nền tảng

Ở nhóm thói quen, kỹ năng sản xuất phi định kỳ trên các nền tảng, mức độ đồng ý được kết hợp bởi 5 hành vi (Five items; $\alpha = 0.89$; range = 1-5; M = 4,62; Sd = 0,6): 1. Cập nhật mọi nơi, mọi lúc trong ngày; 2. Rút ngắn quá trình đưa tin; 3. Đổi phong cách báo chí sang đơn giản, ngắn gọn; 4. Livestream các chương trình trên nền tảng; 5. Sử dụng những phần mềm và thiết bị thông minh để cắt, dựng và tác nghiệp. Giống như nhóm 1, 2, sự đồng tình của các nhà báo Đài Truyền hình Việt Nam ở nhóm thói quen này cũng ở ngưỡng rất cao, gần như tối đa (xem Bảng II.13).

Bảng II.13: Mức độ đồng ý của nhà báo với thói quen sản xuất phi định kỳ, trên các nền tảng

TT	Hành vi	M	Sd
1	Cập nhật mọi nơi, mọi lúc trong ngày.	4,69	0,63
2	Rút ngắn quá trình đưa tin	4,65	0,64
3	Đổi phong cách báo chí sang đơn giản, ngắn gọn	4,63	0,62
4	Livestream các chương trình, trên nền tảng	4,55	0,74
5	Sử dụng những phần mềm và thiết bị thông minh để cắt, dựng và tác nghiệp.	4,60	0,71

Ghi chú: N = 343; M-Điểm trung bình/5; Sd-Độ lệch chuẩn

Bảng II.13 cho thấy, việc "cập nhật mọi nơi, mọi lúc trong ngày" được 95% nhà báo tham gia khảo sát "Đồng ý" đến "Hoàn toàn đồng ý" với sự thay đổi trong thói quen tác nghiệp "sản xuất phi định kỳ trên các nền tảng" của mình, đồng thời đạt 4,69/5 điểm. Điều này chứng tỏ các nhà báo đã nhận thức rõ ràng về việc để đạt mục đích "giữ chân" khách hàng thì cần phải đáp ứng mong muốn của công chúng trong việc cung cấp thông tin mới nhất, cập nhật tình hình liên tục. Đồng thời, họ cần phải nhất trí cao ở việc nâng cao kiến thức, sự sáng tạo, sự nhạy bén để trở thành "cầu nối" nhanh nhất giữa các sự kiện đang diễn ra và công chúng. Nếu tốc độ "chạy" tin tức quá chậm sẽ không còn đáp ứng được tính thời sự, thay vào đó là vô vàn những thông tin tức thời của những "nhà báo công dân" trên không gian mạng.

Nhận định về điều này, năm 2011, trong cuốn *Likeable social media - Bí quyết làm hài lòng khách hàng, tạo dựng thương hiệu thông qua Facebook (và các mạng xã hội khác)*, tác giả Dave Kerpen nhận định: "Với một cú nhấp chuột, bạn có thể cập nhật trạng thái trên Facebook để chia sẻ một câu chuyện hay một thông tin tới hàng trăm hoặc hàng nghìn người. Về bản chất, hoạt động này không khác gì so với 5 năm về trước; nhưng về quy mô khán giả, tốc độ phổ biến, nó đã tăng lên rất nhiều". Trước đây, truyền hình tuyến tính phụ thuộc vào khung giờ, thời lượng phát sóng; giờ đây, truyền hình đa nền tảng có nhiều nội dung được cập nhật tức thì, công chúng không cần chờ đợi và hoàn toàn có thể chọn lựa thời điểm, không gian tiếp cận. Áp lực về thời gian, nhu cầu tin tức của công chúng tạo ra những thách thức lớn cho những người làm truyền hình. Bên cạnh đó, việc bảo đảm "đầu ra" chính xác, đầy đủ, không gây hoang mang, hiểu lầm cho công chúng cũng là một thách thức không nhỏ.

Ngoài ra, trước xu thế đa nền tảng, sự hội tụ của công nghệ thông tin và công nghệ truyền thông, yếu tố 4. "Rút ngắn thời gian đưa tin" và 5. "Đổi phong cách báo chí sang đơn giản, ngắn gọn" là những hành vi nhận được sự đồng tình rất cao của đội ngũ nhà báo Đài Truyền hình Việt Nam (lần lượt đạt 72,6% và 68,8% người khảo sát "Hoàn toàn đồng ý"). Thêm vào đó, nhà báo cũng nhận thức sâu sắc và biến thành hành động trong việc đơn giản hoá phong cách báo chí nhằm tạo ra những nội dung ngắn gọn, dễ hiểu để phục vụ tốt nhất cho công chúng hiện đại - những người có ít thời gian bởi lịch trình sinh hoạt sống dày đặc. Đồng thời, khảo sát cũng cho thấy, họ xác định rõ trách nhiệm xã hội của mình, không những cần kỹ năng tác nghiệp tốt, nhanh nhạy, thành phẩm mang tính thời sự, phi định kỳ, mà còn cần một thái độ thận trọng, chính xác, nghiêm túc khi tổ chức sản xuất truyền hình đa nền tảng.

III. NHỮNG THÀNH CÔNG, HẠN CHẾ VÀ NGUYÊN NHÂN CỦA XU HƯỚNG TRUYỀN HÌNH ĐA NỀN TẢNG Ở VIỆT NAM

1. Thành công và nguyên nhân

1.1. Thành công

a. Xu hướng truyền hình đa nền tảng bước đầu phát triển đúng hướng

Từ kết quả khảo sát VTV có thể khẳng định, truyền hình đa nền tảng ở Việt Nam hiện nay đang từng bước hoàn thiện và phát triển. Truyền hình đang cộng sinh một cách tích cực với các nền tảng kỹ thuật số (nền tảng xuyên biên giới và nền tảng của nhà đài) nhằm hướng tới việc giữ vững tính độc lập, toàn diện và vị thế của mình trước bối cảnh công nghệ số mới. Biểu hiện rõ nét nhất, tính tới thời điểm hiện tại, nó đang phát triển theo các xu hướng sau:

- Xu hướng lưu trữ hỗn hợp trên các nền tảng

Trong những năm gần đây, nội dung số đã chuyển biến mạnh mẽ theo mọi phương diện. Nó đòi hỏi phải có hệ thống lưu trữ hoàn thiện hơn về mặt kiến trúc để đáp ứng được yêu cầu nở rộ của nội dung số. Nếu các nhà đài cần hệ thống lưu trữ để bảo đảm tính pháp lý và vận hành thì các nền tảng cần chúng để tham gia vào thị trường đa diện. Vì thế, lưu trữ trở thành trung tâm ở tất cả các quy trình của truyền hình và nền tảng truyền thông.

Truyền hình chọn cách lưu trữ hỗn hợp khi cộng sinh với các nền tảng. Để giữ sự chủ động, truyền hình đang lưu trữ toàn bộ nội dung ở nền tảng của chính mình; lưu trữ một phần nhỏ nội dung trên các nền tảng không thuộc nhà đài, nền tảng xuyên biên giới và đính kèm link đến trang chủ của mình. Nếu lưu toàn bộ video ở nền tảng ngoài nhà đài/nền tảng xuyên biên giới (thường gọi là chiến lược lưu trữ gốc) truyền hình sẽ trở thành đơn vị sản xuất nội dung cho các nền tảng và để họ chủ động phân phối, thậm chí kiếm tiền từ chính nội dung của mình làm ra. Lúc này, mối quan hệ giữa truyền hình và khán giả/người dùng online bị phá vỡ (xem Bảng II.14).

Bảng II.14: Các yếu tố phá vỡ mối quan hệ giữa truyền hình đa nền tảng và khán giả online khi sử dụng chiến lược lưu trữ gốc

	Nền tảng bên ngoài nhà đài	Truyền hình
Quyền truy cập dữ liệu khán giả online	Trực tiếp	Một phần hoặc phải mua
Quyền tổ chức hiển thị nội dung với khán giả online	Được	Mất
Sở hữu mối quan hệ giữa khán giả online và truyền hình	Được	Mất

Đồng thời, nó cũng tạo ra sự không công bằng, bình đẳng, trong việc tiếp nhận thông tin của khán giả/người dùng online. Các cơ chế của nền tảng cho phép cá nhân hoá nhu cầu, sở thích của khán giả online. Vì thế, bằng thuật toán, chúng chỉ hiển thị những nội dung khán giả quan tâm hoặc "đang thịnh hành" mà bỏ qua những luồng tin tức khác. Theo đó, một tác phẩm truyền hình hay và giá trị chưa chắc đạt mức độ phổ biến rộng rãi trên các nền tảng. Nói một cách dễ hiểu hơn, nền tảng tạo ra một bộ lọc cá nhân và khán giả online chỉ tiêu thụ thông tin trong bộ lọc cá nhân đó, hoàn toàn không hướng tới một xã hội công bằng, bình đẳng trong việc tiếp nhận tin tức. Khi xác định cộng sinh với các nền tảng, ngoài sử dụng chiến lược lưu trữ hỗn hợp, truyền hình cũng có thể sử dụng chiến lược nối mạng. Nó đề cập đến việc lưu hành link nội dung, tiêu đề, đoạn trích nội dung thông qua các nền tảng kỹ thuật số để hướng người dùng/khán giả đến trang web của nhà đài - nơi chạy quảng cáo hoặc mời đăng ký tài khoản.

- Xu hướng chọn lựa những nội dung mang tính địa phương để phân phối trên các nền tảng xuyên biên giới

Có thể khẳng định rằng, chính chiến lược lưu trữ hỗn hợp ảnh hưởng trực tiếp đến việc cân nhắc, chọn lựa, sản xuất nội dung của truyền hình trên nền tảng. Hiện tại ở Việt Nam, để cạnh tranh, truyền hình đang có xu hướng chọn lựa và sản xuất những nội dung mang tính địa phương để phân phối trên các nền tảng xuyên biên giới, không phải của nhà đài. Điểm mạnh của các nền tảng xuyên biên giới (như Facebook và YouTube) là tiếp cận toàn thế giới; điểm chưa mạnh là các hoạt động offline kết nối cộng đồng và đáp ứng nhu cầu nội dung tại mỗi quốc gia, mỗi một địa phương. Vì vậy, xu hướng này mang lại lợi ích kép: *thứ nhất,* hạn chế được sức mạnh của các nền tảng xuyên biên giới không phải của tổ chức truyền hình; *thứ hai,* thu hút được công chúng/người dùng. Thời điểm hiện tại, nền tảng chưa cạnh tranh được với những video chuyên nghiệp có nội dung mang tính địa phương, vùng địa lý của mỗi quốc gia cho nên trước mắt, đây là điểm mạnh cần khai thác. Về lâu dài cần dùng chiến lược khác vì có thể trong tương lai, nền tảng sẽ thuê người dùng/đơn vị sản xuất video chuyên nghiệp để cạnh tranh trực tiếp với truyền hình.

- Xu hướng kéo dài thời gian tồn tại trên các nền tảng

Trước tiên, phải khẳng định, hoạt động này được tiến hành sau khi phát sóng tuyến tính. Dựa vào các nút xã hội, thuật toán và định dạng kỹ thuật của nền tảng, truyền hình kéo dài thời gian tồn tại của mình bằng nhiều hoạt động. Nói một cách khác, truyền hình đa nền tảng đang cố gắng thu hút người dùng/khán giả chú ý đến sản phẩm của mình trên nền tảng. Càng được nhiều người chú ý, tương tác thời gian tồn tại của các sản phẩm càng lâu. Và như thế, một bộ lọc cá nhân của từng sản phẩm truyền hình được tạo ra ở nền tảng ngoài nhà đài. Chuỗi hoạt động này chỉ có ở truyền hình đa nền tảng và không có ở truyền hình truyền thống với ba cấp độ, từ đơn giản (định dạng lại video thành phẩm cho phù hợp với các thông số kỹ thuật của từng nền tảng phân phối) cho đến phức tạp hơn (khai thác tối đa phần ký tự của video ở mỗi nền tảng để kích thích sự chú ý của người dùng/khán giả; tận dụng thế mạnh riêng của từng nền tảng để kéo dài thời gian tồn tại, như: Reels, Watch, Hashtag, Card/End Screen, Time Labels, Thumbnail,...). Bản chất của những hành vi/tác vụ ở ba cấp độ trên là cung cấp dữ liệu cho nền tảng hoạt động. Từ đó bằng cơ chế và thuật toán, nền tảng tự động làm nổi bật và thu hút người dùng cho video truyền hình. Càng nhiều người dùng/khán giả biết đến video thì thời gian tồn tại của nó trên nền tảng càng lâu. Vì thế, hoạt động xây dựng thương hiệu của tổ chức truyền hình trên không gian mạng phát triển và hoàn thiện; hoạt động kinh tế truyền hình được củng cố dù không nhiều.

Qua phỏng vấn 01 cán bộ quản lý cấp ban, Kênh VTV1 cho biết: "Truyền hình đa nền tảng là xu hướng không thể đảo ngược. Nguồn thu từ quảng cáo, tài trợ của truyền hình giảm đáng kể, khi mạng xã hội phát triển (...). Về mặt bản chất, không phải nền tảng số đang "nuôi" truyền hình truyền thống; cả hai đang hỗ trợ nhau để tạo được nguồn thu từ thế mạnh của mình".

Ngoài ra, bản chất của những hành vi/tác vụ này giúp chúng ta nhìn rõ hơn mối quan hệ phụ thuộc giữa truyền hình và nền tảng xuyên biên giới; ý nghĩa của chiến lược lưu trữ hỗn hợp của truyền hình đa nền tảng. Vậy là bằng nhiều hình thức và hoạt động, truyền hình đa nền tảng kéo dài thời gian tồn tại cho thành phẩm của mình trên các nền tảng bên ngoài. Riêng với nền tảng ngành, hoạt động này lại chưa được chú trọng. Dựa trên nghiên cứu về *Convergence and Cross-Platform Journalism* (Báo chí hội tụ và đa nền tảng) của Quandt, Singger, J.B (năm 2009) đưa ra biến tin/phóng sự dài bao nhiêu giây. Mục đích là nhằm kiểm tra xem truyền hình có cắt/chỉnh thời lượng của sản phẩm hay không khi phân phối trên mỗi một nền tảng. Kết quả cho thấy, không có sự thay đổi nào về mặt thời lượng; không "kể chuyện đa định dạng" ở mỗi nền tảng mà nó phân phối.

Truyền hình đa nền tảng "kể chuyện" theo một cách mới: định dạng lại các thông số kỹ thuật, chọn lựa nội dung và tận dụng thế mạnh của thuật toán khi tham gia sản xuất, phân phối đa nền tảng.

- Xu hướng quan tâm đến phản ứng của công chúng với thành phẩm sau khi phát sóng

Để biết được phản ứng của khán giả với sản phẩm của mình, truyền hình theo dõi các chỉ số được lượng hoá trên các nền tảng như: lượt thích, chia sẻ, bình luận,... Đây là một trong những điểm khác biệt của truyền hình đa nền tảng so với truyền hình tuyến tính. Trước đây, việc này gần như không có hoặc có song không hiệu quả (ví dụ: thư tay). Nhưng hiện tại, nó được tiến hành một cách tức thời và nhanh chóng.

Tóm lại, bốn xu hướng của truyền hình đa nền tảng đều hướng tới việc thích nghi và cộng sinh với các nền tảng truyền thông. Nói cách khác, truyền hình đa nền tảng đang gây sự chú ý bằng việc tương tác với một loạt thuật toán của nền tảng và sử dụng nền tảng như một đối tác để lan rộng giá trị đích thực của truyền hình. Đồng thời, truyền hình đa nền tảng phát triển và hoàn thiện hơn khi biết phá vỡ sự lệ thuộc vào nền tảng, cụ thể: đang phá vỡ sự độc quyền nội dung hiển thị; độc quyền chọn lựa tin tức; độc quyền loại phương tiện hiển thị thông qua cơ chế chọn lựa của nền tảng xuyên biên giới. Cũng như những xu hướng ấy cũng giúp các nhà báo hình thành thói quen, kỹ năng mới để thích nghi.

b. Xu hướng truyền hình đa nền tảng giúp các nhà báo hình thành kỹ năng mới

Một thành công nữa có thể kể đến với truyền hình đa nền tảng ở Việt Nam hiện nay, đó là việc các nhà báo đã hình thành thói quen, kỹ năng mới để thích nghi. Thích nghi là trở nên quen dần hoặc có những biến đổi cho phù hợp với môi trường hoặc hoàn cảnh mới. Nếu hiểu theo nghĩa này trong bối cảnh công nghệ số, môi trường mới của nhà báo truyền hình là một xã hội nền tảng, hệ sinh thái nền tảng; hoàn cảnh mới là các nhân tố khách quan trong quá trình truyền hình cộng sinh với các nền tảng kỹ thuật số/nền tảng truyền thông xã hội. Sự biến đổi của nhà báo truyền hình với hoàn cảnh mới ở đây có thể hiểu là sự thay đổi hoặc làm thay đổi khác hơn so với trước đây. Hay nói một cách cụ thể hơn, họ hình thành thói quen, kỹ năng nghề nghiệp mới, thay đổi cách tổ chức sản xuất truyền hình theo hoàn cảnh mới để thích nghi.

Thói quen báo chí là những hành vi lặp đi lặp lại trong một thời gian dài được cấu trúc bởi bối cảnh tư tưởng và tổ chức báo chí. Thông qua những cứ liệu thực tế trong quá trình tác nghiệp, nó thường xuyên được nhà báo ban hành. Mặc dù thói quen là hành động cá nhân nhưng đại diện cho tôn chỉ, mục đích của các cơ quan báo chí. Theo tác giả Shoemaker và Reeser, có năm cấp độ ảnh hưởng đến thói quen của nhà báo: cấp độ cá nhân; quy trình xử lý tin tức; quy định của toà soạn; ảnh hưởng ngoại vi; quan niệm về vai trò nghề nghiệp. Ở đây, ảnh hưởng ngoại vi là sự ảnh hưởng của công nghệ, hành lang pháp lý, mức độ cạnh tranh của thị trường, công chúng, nguồn tin, nhà quảng cáo. Có nghĩa rằng, thói quen báo chí bắt nguồn từ tổ chức, khán giả và nhà cung cấp nội dung. Vì thế, căn cứ vào mục đích nghiên cứu có thể xem xét yếu tố công nghệ và công chúng của ảnh hưởng ngoại vi tác động như thế nào đến việc hình thành những thói quen, kỹ năng mới của nhà báo Việt Nam khi thích nghi với truyền hình đa nền tảng.

- Hình thành kỹ năng kỹ thuật số mới

Các nền tảng kỹ thuật số là một sản phẩm của công nghệ. Nhà báo muốn cộng sinh với chúng thì buộc phải học cách sử dụng, quản trị (dưới góc độ người dùng). Lúc này, các tiêu chuẩn/chỉ dẫn/quy định/nguyên tắc/điều khoản trong cách sử dụng quản trị của nền tảng trở thành những yếu tố định hướng, ràng buộc, điều chỉnh hành vi của nhà báo với môi trường mà chúng tạo ra. Những hành vi này được thực hiện thường xuyên sẽ trở thành phản xạ có điều kiện của nhà báo. Lâu dần, chúng trở thành thói quen, kỹ năng mới. Về cơ bản, các nền tảng truyền thông có những hằng số chung về tiêu chuẩn/quy định. Nhưng chúng cũng có những nét khu biệt riêng, thế mạnh riêng. Do vậy, thói quen, kỹ năng kỹ thuật số của nhà báo đối với mỗi nền tảng cũng dựa trên điểm chung, điểm riêng để hình thành.

Kết quả khảo sát truyền hình đa nền tảng đã cho thấy, với chức năng, nhiệm vụ chuyên biệt, nền tảng ngành của các nhà đài luôn được ưu ái hơn cả. Nếu trước đây ở truyền hình truyền thống, nhà báo thực hiện chủ yếu hoạt động chuyên môn thì nay hoà chung với dòng chảy công nghệ, họ làm quen và chấp nhận thay đổi để cộng sinh với các nền tảng. Họ thực sự chú trọng tới việc tạo mối liên kết giữa các trang, kênh chính thức của nhà đài, từ đó mở rộng, đáp ứng nhu cầu thông tin của khán giả trên nhiều nền tảng khác nhau. Đồng thời, củng cố mối quan hệ giữa "nguồn phát" và "nguồn nhận", nỗ lực gia tăng mạng lưới khán giả trực tuyến. Chính quá trình đó cùng với những nguyên tắc/điều khoản sử dụng của các nền tảng (nền tảng của nhà đài và nền tảng không phải của nhà đài/nền tảng xuyên biên giới) đã hình thành thói quen, kỹ năng kỹ thuật số mới cho nhà báo để họ thích nghi với truyền hình đa nền tảng. Đây cũng là cơ sở để nhà báo truyền hình hình thành nhóm thói quen, kỹ năng tác nghiệp mới.

- Hình thành kỹ năng tác nghiệp mới

Những hành vi của thói quen kỹ thuật số ở trên nếu xem xét dưới góc độ công nghệ chính là nhà báo đang giao tiếp với nền tảng thông qua các nút xã hội/tác vụ/thuật toán. Mục đích giao tiếp trong trường hợp này là biết được phản ứng của khán giả với thành phẩm của nhà báo sau khi phân phối trên các nền tảng. Cơ chế dữ liệu hoá, hàng hoá hoá và chọn lựa của nền tảng phản hồi bằng chỉ số lượng hoá phản ứng của người dùng qua lượt thích, chia sẻ, bình luận, bày tỏ cảm xúc,... Tần suất thực hiện những việc này đều rất cao. Những chỉ báo quan trọng này giúp cải thiện nội dung, thu thập ý kiến, phản hồi từ công chúng, xác định phát triển dòng chủ đề nào qua đó thúc đẩy sự tương tác của người dùng. Theo kết quả phân tích, tần suất hành vi "kiểm tra số lượt like (thích)" và "đọc nội dung các bình luận" được nhà báo thực hiện thường xuyên hơn cả khi theo dõi phản ứng của công chúng (lần lượt đạt 4,54 và 4,53 điểm trung bình/5 điểm; đồng thời, chiếm 75,5% và 73,2% về tần suất kiểm tra "ít nhất một lần/ngày").

Sau khi biết được phản ứng của khán giả, nhà báo tận dụng tối đa các tính năng/thế mạnh/thuật toán của nền tảng để tương tác và tổ chức sản xuất theo nhu cầu của khán giả trên các nền tảng. Hai hành vi nhận được thái độ đồng tình cao nhất gồm: "thay đổi cách tiếp cận/cách viết phù hợp với khán giả ở đề tài tiếp theo" và "tổ chức sản xuất dựa vào thông tin có được từ các nền tảng". Có thể khẳng định, nhiệm vụ hàng đầu của truyền hình là phục vụ nhân dân cho nên các sản phẩm truyền hình đa nền tảng đều hướng tới sự giản dị, dễ hiểu với mọi tầng lớp trong xã hội; tôn trọng và lắng nghe có tiếp thu, định hướng những ý kiến, phản ứng của công chúng trên các nền tảng. Từ đó, nhà báo thay đổi tư duy và cách làm sao cho phù hợp với các nhóm công chúng đích khác nhau để vừa giúp họ truyền tải thông điệp hiệu quả, vừa chứng minh tính chuyên nghiệp và tin cậy.

Tính tức thời, hấp dẫn luôn được đề cao trong sản xuất truyền hình hiện nay do sự "tranh giành" thị phần trên các nền tảng số. Vì vậy, dựa vào nhân dân, phát huy vai trò của nhân dân là cách nhanh nhất để thu thập, phát huy sự kiến tạo thông tin của khán giả và sản xuất những tin bài đứng trên quan điểm, lập trường, tiếng nói và nhu cầu của họ. Khi truyền hình trở thành một diễn đàn của nhân dân thì việc giữ họ ở lại xem truyền hình trở nên dễ dàng hơn. Bên cạnh đó, nền tảng trực tuyến là không gian lý tưởng để nhà báo khai thác đa dạng thông tin từ người dùng, thực hiện tốt chức năng cung cấp thông tin – giao tiếp. Đặc biệt, các hội nhóm chuyên môn trên không gian số, nơi giúp nhà báo tham khảo nhiều thông tin chuyên sâu, khoa học, thời sự,... đến từ nhiều chuyên gia. Cứ như vậy, thói quen và kỹ năng tác nghiệp mới của nhà báo dựa trên các nền tảng được hình thành.

+ Nhóm 1: Kỹ năng sản xuất dựa vào nhu cầu của công chúng trên các nền tảng

Công chúng giờ đây có khả năng trở thành trung tâm trên các nền tảng kỹ thuật số. Họ chủ động tiếp cận thông điệp theo sở thích, mong muốn và kiểm soát, chọn lựa cái mình nghe, xem mỗi ngày. Cùng với đó, cơ chế tiếp nhận không còn mang tính cưỡng chế. Nghĩa là vai trò quyết định cho khán giả nghe gì, xem gì, khi nào và như thế nào của đài truyền hình đã giảm đáng kể. Thay thế là mô hình truyền thông đa chiều ứng dụng mềm dẻo, nhà báo vừa là nguồn phát vừa là người nhận, người tương tác thông tin với khán giả trên kênh của mình. Đối mặt với sự thay đổi trên, hầu hết các nhà báo tham gia khảo sát đều đồng tình mạnh mẽ rằng: sản phẩm truyền hình sản xuất và phân phối trên truyền thông xã hội đã dẫn đến sự thay đổi trong thói quen, kỹ năng tác nghiệp. "Thói quen sản xuất dựa vào nhu cầu của công chúng trên các nền tảng" càng củng cố vững chắc: công chúng là đối tác của truyền hình. Mất đối tác thì truyền hình không còn lý do để tồn tại. Họ là nguồn sinh lực phong phú; là "ngọn nguồn tươi mới"; là đối tượng phản ánh những tâm tư, nguyện vọng, những vấn đề bức xúc, những cái vừa nảy sinh,...; là nguồn đề tài vô tận của truyền hình.

+ Nhóm 2: Kỹ năng quan tâm đến sản phẩm sau khi phân phối trên nền tảng

Khi khán giả chủ động tiếp cận thông tin đa nền tảng đồng nghĩa với việc, nhà báo ngoài sản xuất dựa vào nhu cầu của công chúng thì còn tiếp tục quan tâm đến thành phẩm đã đăng tải. Từ đó, nhà báo tham khảo ý kiến, đánh giá của công chúng về sản phẩm của mình và tổng hợp thông tin để cải thiện thành phẩm tương lai. Việc đó tạo ra chuỗi liên kết, tương tác với khán giả. Nhìn chung, các hành vi của nhóm "thói quen quan tâm đến sản phẩm sau khi phân phối" đã chứng minh, đội ngũ phóng viên/biên tập viên truyền hình đang tích cực xây dựng, đầu tư cho các kênh số để hướng tới một môi trường truyền thông đa nền tảng, mà ở đó mọi thứ đều tạo điều kiện thuận lợi cho cả nhà báo lẫn công chúng. Chưa bao giờ, sự góp mặt của công nghệ khiến mức độ tham gia của khán giả lại sôi nổi và hiệu quả đến vậy – như "tai mắt" của truyền hình. Vì thế, việc quan tâm đến sản phẩm sau phân phối cũng chính là nhà báo quan tâm đến quan điểm, ý kiến, tâm tư, nguyện vọng của nhóm công chúng đích. Từ đó, nhà báo nhìn nhận mọi vấn đề của xã hội công tâm, toàn diện, đa chiều hơn.

+ Nhóm 3: Kỹ năng sản xuất phi định kỳ trên các nền tảng

Trong mô hình truyền hình truyền thống, tính định kỳ chiếm ưu thế và phát sóng các chương trình theo một lịch trình cụ thể. Quá trình lên kế hoạch, quản lý tài nguyên được sắp xếp phân phối một cách hợp lý và chính xác. Tuy nhiên, cùng sự phát triển của các nền tảng truyền thông kỹ thuật số, tính định kỳ của truyền hình trở nên ít quan trọng hơn. Người dùng/khán giả có thể xem các chương trình ở bất cứ đâu, bất cứ khi nào. Chính vì vậy, việc tổ chức sản xuất của nhà báo và cơ quan truyền hình buộc phải thay đổi theo. Truyền hình trước kia bị phụ thuộc vào khung giờ, thời lượng phát sóng thì giờ đây đã có nhiều nội dung được cập nhật tức thì. Người xem không cần phải chờ đợi hoặc chủ động lựa chọn thời điểm, không gian tiếp cận. Bởi thế, áp lực về thời gian, nhu cầu tin tức của công chúng tạo ra những thách thức lớn cho nhà báo, các tổ chức truyền hình. Bên cạnh đó, việc xác minh để bảo đảm "đầu ra" chính xác, đầy đủ, không gây hiểu lầm hay hoang mang cho công chúng cũng là một bài toán khó.

Tóm lại, với phương châm "Khán giả ở đâu, truyền hình ở đó" - một cam kết thể hiện nhận thức về sự ảnh hưởng sâu rộng của khán giả - các nhà báo thực hiện khảo sát có sự thay đổi tích cực trong thói quen, kỹ năng tác nghiệp của mình. Họ chăm sóc và phục vụ khán giả bằng cách: sản xuất dựa trên nhu cầu của công chúng; sản xuất phi định kỳ; và luôn đồng hành cùng công chúng truyền hình thông qua việc quan tâm đến video thành phẩm sau khi phân phối trên các nền tảng. Có lẽ, ở truyền hình đa nền tảng, trong mối quan hệ giữa cung cấp và tiếp nhận thông tin, công chúng/khán giả online được nhà báo khá "ưu ái" bởi những tác động tương đối mạnh mẽ của họ trên không gian mạng. Giữa nhà báo và công chúng/khán giả online có sự tương tác hai chiều về vị trí, chỗ đứng trên cán cân cung - cầu thông tin. Đồng thời, sự tương tác ấy đặt ra yêu cầu thích ứng trên đường đua sản xuất, phân phối sản phẩm chuyên nghiệp, chất lượng, đáng tin cậy, chạm tới sự quan tâm, hứng thú của đông đảo công chúng.

1.2. Nguyên nhân

a. Yếu tố con người

Yếu tố đầu tiên và tiên quyết quyết định đến sự thành công của truyền hình đa nền tảng ở Việt Nam là yếu tố con người - đội ngũ cán bộ quản lý, lãnh đạo và nhà báo. Nếu một tổ chức truyền hình bắt đầu sử dụng công nghệ và vận hành chúng trong quy trình tổ chức sản xuất truyền hình đa nền tảng thì đã được xem là chuyển đổi số thành công. Tuy nhiên, trọng tâm của chuyển đổi số trong tổ chức sản xuất truyền hình đa nền tảng không chỉ nằm ở công nghệ thông minh của các siêu nền tảng mà nằm ở yếu tố con người. Cụ thể hơn là nằm ở sự chuyển đổi về con người, về tư duy và văn hoá của một tổ chức truyền hình, một đài truyền hình. Đội ngũ phóng viên, biên tập viên, cán bộ quản lý, lãnh đạo đóng vai trò quan trọng nhất quyết định sự thành công của truyền hình đa nền tảng.

- Nhận thức

Chuyển đổi số trong tổ chức sản xuất truyền hình đa nền tảng ở Việt Nam chính là chuyển đổi nhận thức của đội ngũ nhà báo. Cán bộ quản lý của các nhà đài nước ta đã kịp thời nắm bắt được cơ hội, thách thức cũng như tính tất yếu khách quan của xu hướng truyền hình đa nền tảng. Từ đó, họ đưa ra những mục tiêu cụ thể dựa trên nguyên tắc "dĩ bất biến, ứng vạn biến" và tuyên truyền trong nội bộ cơ quan.

Khi tập thể các phóng viên, biên tập viên hiểu sâu sắc về tính tất yếu của truyền hình đa nền tảng, họ sẽ xác định rõ vai trò, trách nhiệm của mình để cùng cơ quan thực hiện những mục tiêu đề ra. Họ cũng sẽ hiểu tại sao phải cộng sinh cùng các nền tảng trong sản xuất tin tức, thực hiện việc cộng sinh này giúp họ có thêm kinh nghiệm nghề nghiệp gì và chắc chắn gặp những khó khăn gì,... Họ sẽ hình thành nhu cầu nâng cao trình độ, chuyên môn nghiệp vụ, tiếp cận công nghệ mới để đáp ứng được yêu cầu của công việc, nếu không sẽ ảnh hưởng trực tiếp đến các đài truyền hình, công việc và thu nhập.

- Năng lực

Không chỉ ngành truyền hình mà nhiều tổ chức khác cũng đối mặt với một thách thức chung trong quá trình chuyển đổi số: thiếu hụt kỹ năng mềm (quản lý, giao tiếp,...) và kỹ năng cứng (kỹ thuật, công nghệ,...). Đóng góp vào thành công của truyền hình đa nền tảng ở Việt Nam hiện nay là do các nhà đài đã đầu tư tập huấn các kỹ năng công nghệ, kỹ thuật, quản lý,... cho nhà báo, đặc biệt là kỹ năng quản trị tin tức đa nền tảng, khi có sự tham gia của nhiều nền tảng truyền thông trong quá trình tổ chức sản xuất truyền hình.

Mặc dù gặp khó khăn nhưng nhiều cơ quan đã rất linh hoạt khi thực hiện nhiệm vụ này. Chính khoảng cách về kỹ năng công nghệ thông tin đang ngăn cản nỗ lực đạt được mục tiêu và thành công của xu hướng truyền hình đa nền tảng. Một phần nguyên nhân do công nghệ và quy trình kỹ thuật số thay đổi quá nhanh tạo sự tụt hậu giữa các tổ chức truyền hình trong nước và trên thế giới. Do vậy, thay vì hy vọng tìm kiếm được những nhà báo có sẵn kỹ năng và năng lực cần thiết, bằng mọi giá, các nhà đài ở nước ta đã khắc phục khó khăn để phát triển năng lực của lực lượng hiện có. Đặc biệt, đội ngũ cán bộ quản lý của truyền hình luôn động viên kịp thời, sẵn sàng ủng hộ nhiều nhà báo có ý thức hoàn thiện năng lực, sáng tạo trong công việc. Quyết tâm và những thành công bước đầu của xu hướng truyền hình đa nền tảng đã chứng minh điều này.

- Văn hoá đổi mới, sáng tạo

Ngoài việc học hỏi, trau dồi kiến thức, hoàn thiện kỹ năng, cá nhân mỗi nhà báo luôn có tinh thần đổi mới để tạo ra sự thay đổi trong quá trình tổ chức sản xuất tin tức đã góp phần làm nên thành công của truyền hình đa nền tảng. Họ đã dần thích nghi và hoà nhập với phương pháp làm việc mới, quy trình tổ chức sản xuất mới có sự tham gia sâu sắc của công nghệ, kỹ thuật số, các nền tảng truyền thông,... để không bị tụt hậu và bị bỏ lại phía sau. Chính sự năng động của công nghệ hiện đại và tính phi định kỳ của xu hướng truyền hình đa nền tảng giúp nhà báo phá bỏ được tâm lý ngại thay đổi, làm cho xong việc và hình thành văn hoá đổi mới, sáng tạo trong hệ thống các đài truyền hình tại Việt Nam.

b. Thể chế và quy định nội bộ

- Chủ trương của Đảng, chính sách của Nhà nước

Trong lịch sử hình thành và phát triển, nền báo chí cách mạng Việt Nam luôn được định hướng bằng chủ trương, đường lối của Đảng, chính sách, pháp luật của Nhà nước. Mỗi một bối cảnh, một giai đoạn cụ thể, những định hướng đó được thay đổi và linh hoạt phù hợp với thực tế. Và với bối cảnh cuộc Cách mạng công nghiệp lần thứ tư, toàn cầu hoá 3.0, báo chí nói chung và truyền hình nói riêng đều có những thuận lợi riêng nhờ sự chỉ đạo đúng đắn của Đảng và Nhà nước.

- Thay đổi và điều chỉnh các quy định nội bộ

Hầu hết quy chế, quy định làm việc của nội bộ các đài truyền hình đều được xây dựng và ban hành trước khi có môi trường kỹ thuật số. Do vậy, việc thay đổi, điều chỉnh những quy định, nội quy làm việc của tổ chức truyền hình phù hợp với những thay đổi của môi trường truyền thông đa nền tảng đóng góp một phần không nhỏ vào thành công của truyền hình đa nền tảng ở Việt Nam. Chẳng hạn: thay đổi quy định của quy trình xác minh tin tức; bỏ quy định về tính định kỳ của tin tức; đưa ra quy chế quản trị đa nền tảng,...

Ở đây, chuyển đổi số trong lĩnh vực truyền hình được coi là thay đổi cách sống, cách làm việc của mỗi nhà báo. Tuy nhiên, cách sống và cách làm việc của mỗi nhà báo được quy định bởi hành lang pháp lý (pháp luật, quy định, nội quy, định chế trong nội bộ) của cơ quan đến những trình tự, thủ tục để tổ chức sản xuất truyền hình. Đây có thể là những quy định thành văn hoặc bất thành văn trong các đài truyền hình. Vì vậy, việc điều chỉnh lại quy trình làm việc, quy định nội bộ phù hợp với bối cảnh một xã hội nền tảng khiến xu hướng truyền hình đa nền tảng dần phát triển đúng hướng, hoàn thiện hơn. Những quy định đó luôn đặt nhà báo vào trung tâm của quá trình chuyển đổi số, yếu tố văn hoá nằm trong phạm trù con người, văn hoá nội bộ phù hợp với quy định của pháp luật.

c. Yếu tố công nghệ

- Hạ tầng

Hạ tầng công nghệ thông tin đóng vai trò rất quan trọng trong thành công của truyền hình đa nền tảng tại Việt Nam hiện nay. Các tổ chức truyền hình ở nước ta đã rất quyết liệt trong việc chú trọng xây dựng phần cứng, phần mềm, dữ liệu và viễn thông. Có thể kể đến một số giải pháp giúp truyền hình đa nền tảng nước ta hoạt động hiệu quả, giải quyết nhiều thách thức trong công cuộc chuyển đổi số như: trích xuất dữ liệu nhanh chóng nhờ tính năng Meta Data; không giới hạn số lượng người dùng truy cập đồng thời; phân quyền quản trị nhiều lớp; dễ dàng lưu trữ nhiều dữ liệu lớn cùng lúc, giảm thiểu chi phí đầu tư, mở rộng và vận hành, dễ dàng phân phối nội dung số đến người dùng cuối,... Bên cạnh đó, các nhà đài còn đặc biệt đầu tư vào dịch vụ lưu trữ dữ liệu số tối ưu vStorage, dịch vụ hạ tầng số thông minh vServer, dịch vụ phân bố nội dung số vCDN,... để giúp các nền tảng riêng của đài truyền hình lưu trữ, khai thác và phân phối nội dung phát sóng một cách hiệu quả trên môi trường internet.

- Nền tảng công nghệ

Sự nở rộ của các nền tảng kỹ thuật số vừa là môi trường, vừa là chất xúc tác, vừa là động lực để tạo nên sự thành công của truyền hình đa nền tảng ở Việt Nam. Nó được coi là một trong những thành quả rực rỡ của cuộc Cách mạng công nghiệp lần thứ tư và toàn cầu hoá 3.0. Nhiều ngành, nhiều lĩnh vực trong xã hội tranh thủ tận dụng cơ hội để kiếm tiền bằng các chiến lược đa nền tảng. Ở cấp độ cơ bản nhất, nền tảng có thể kết nối được các tài nguyên với người tham gia khi cần thiết (xem lại khái niệm nền tảng). Nó thường được tạo và sở hữu một thực thể duy nhất (một người điều phối) hoạt động với nhiều dịch vụ hấp dẫn để khuyến khích sự tham gia của người dùng. Nền tảng khi đạt đến lượng tới hạn sẽ phát huy tối đa tính ưu việt cho hệ sinh thái phong phú về tài nguyên và người tham gia. Mỗi thiết kế trong cấu trúc của nền tảng đều tạo ra những giá trị khác nhau và thu hút người dùng tương đối khác nhau.

Bởi vậy, khi nền tảng truyền thông xã hội lên ngôi tạo sức ép lớn cho báo chí, truyền thông, trong đó có ngành truyền hình của Việt Nam nói riêng và của thế giới nói chung. Buộc ngành này tận dụng sự tiện lợi từ dịch vụ và sự thân thiện từ giao diện thiết kế của các nền tảng. Hay nói cách khác, họ có xu hướng cộng sinh với chúng để thích nghi, phát triển, cạnh tranh giữ vị thế và tồn tại trong lòng công chúng. Cũng có nghĩa rằng, phương tiện truyền thông truyền thống bao gồm cả truyền hình tuyến tính bắt buộc phải làm một cuộc cách mạng nhằm hướng tới việc vừa giữ được giá trị cốt lõi, vừa độc lập sinh tồn cùng các siêu nền tảng hoàn thiện ở mức độ cao.

2. Hạn chế và nguyên nhân

2.1. Hạn chế

Quá trình tìm hiểu và khảo sát xu hướng truyền hình đa nền tảng cung cấp một cái nhìn tổng quát về nó trong bối cảnh số ở Việt Nam hiện nay. Dựa trên những dữ liệu này có thể chỉ ra hai hạn chế cơ bản và lớn nhất của xu hướng mới này như sau:

- Chưa phá vỡ hoàn toàn được sự phụ thuộc vào các nền tảng

Như đã đề cập ở phần mối quan hệ giữa truyền hình và các nền tảng, đến thời điểm hiện tại, truyền hình vẫn chưa hoàn toàn phá bỏ được sự phụ thuộc của mình vào các nền tảng, đặc biệt là nền tảng kết cấu hạ tầng/nền tảng xuyên biên giới/nền tảng không thuộc nhà đài, bởi:

+ Truyền hình không quyết định được khả năng hiển thị video thành phẩm của mình khi cộng sinh với nền tảng xuyên biên giới. Do cá nhân hoá tin tức truyền hình, nền tảng xuyên biên giới tạo ra một bộ lọc cá nhân cho mỗi sản phẩm/một chủ đề tin tức thịnh hành khiến công chúng bị phân mảnh và khó được tiếp xúc với các giá trị, quan điểm xã hội khác. Những sản phẩm truyền hình tốt, chuyên nghiệp đôi khi khó được phổ biến rộng rãi tới đông đảo công chúng trên môi trường truyền thông xã hội. Nếu muốn nó xuất hiện với tần số lớn ở đầu Google, trên nguồn cung cấp tin tức Facebook hoặc xuất bản được nhiều bản sao thì nhà đài phải trả tiền cho các nền tảng xuyên biên giới.

+ Truyền hình không quyết định được hoạt động kinh tế của mình từ những video thành phẩm khi cộng sinh với các nền tảng xuyên biên giới. Phần lớn lợi nhuận quảng cáo rơi vào nền tảng; truyền hình chỉ được một phần rất nhỏ. Dù sử dụng chiến lược lưu trữ gốc, chiến lược lưu trữ nối mạng hay chiến lược lưu trữ hỗn hợp thì truyền hình gần như trao quyền phân phối nội dung và cho phép các thuật toán của nền tảng quyết định lưu lượng truy cập. Thậm chí, nó có thể quyết định nhà đài nào có lượng xuất bản nhiều, nhà đài nào có lượng xuất bản ít trên nền tảng của mình. Vì thế, kỳ vọng tăng doanh thu từ việc nhúng quảng cáo thông qua lưu lượng truy cập trên các nền tảng xuyên biên giới của truyền hình thất bại. Hay nói theo cách nói của Myllylahti, nó sẽ rơi vào một cái *bẫy kinh tế chú ý* ở thời các nền tảng lên ngôi.

+ Truyền hình bị mất vị trí đặc quyền cung cấp thông tin khi cộng sinh với các nền tảng xuyên biên giới. Để tận dụng sức mạnh phân phối, các công cụ theo dõi, đo lường hành vi khán giả của nền tảng xuyên biên giới, truyền hình tham gia đăng ký sử dụng tài khoản ở vị trí người dùng, với vai một tổ chức sử dụng. Lúc này, truyền hình bắt buộc phải theo các quy định, luật chơi mà nền tảng xuyên biên giới đặt ra và khó có thể tự chủ. Nền tảng truyền thông xã hội tạo cơ hội mới để truyền hình tiếp cận với khán giả của mình nhưng nó cũng trực tiếp thách thức vị trí đặc quyền cung cấp thông tin biểu hiện ở việc mất quyền kiểm soát các kênh truyền thông, gia tăng sự phụ thuộc vào đơn vị trung gian.

- Chưa tận dụng hết được thế mạnh của từng nền tảng

Khi xác định cộng sinh với các nền tảng, bên cạnh những lợi ích to lớn mà nó đem lại dưới góc độ một phương tiện truyền thông, truyền hình đa nền tảng Việt Nam cũng còn một số hạn chế trong việc khai thác và tận dụng thế mạnh của từng nền tảng. Cụ thể:

+ Đối với nền tảng của các nhà đài

Phần lớn những chiến lược phát triển các nền tảng riêng của nhiều tổ chức truyền hình có mức độ đầu tư còn khiêm tốn. Sự khiêm tốn này được hiểu cả ở góc độ công nghệ và hạ tầng. Ở góc độ hạ tầng, công nghệ, nhiều nền tảng của các nhà đài, nhất là các đài địa phương tại nước ta được thiết kế đơn giản, hạn chế về tính năng, giao diện chưa thực sự thân thiện với người dùng, hạ tầng lưu trữ, truyền tải còn tương đối đơn giản,... Ở góc độ chiến lược thì còn nhạt nhoà, thậm chí chưa xác định được hướng đi và giải pháp hoàn thiện, phát triển. Biểu hiện rõ nét và dễ nhìn thấy nhất, đó là phần lớn trong số nền tảng của các đài truyền hình đều chưa đạt được số lượng tới hạn (số lượng lớn) người dùng.

Qua khảo sát cũng cho thấy, sự thích nghi với nền tảng riêng của nhà đài của nhà báo gần như không có hoặc được giao cho một bộ phận chuyên môn phụ trách. Ngoại trừ tính năng chia sẻ, thích, chỉ báo lượt xem, hầu như những tính năng khác để tăng lượng tương tác, gây sự chú ý và kéo dài thời gian tồn tại trên nền tảng riêng của nhà đài đều bị khoá hoặc hạn chế. Hay nói cách khác, chưa khai thác tối đa các thuật toán, cơ chế của nền tảng hoặc cũng có thể những thiết kế lập trình này chưa được đầu tư đúng mức.

+ Đối với nền tảng xuyên biên giới

Có thể khẳng định, mức độ hoàn thiện của các nền tảng xuyên biên giới rất cao và trở thành siêu nền tảng (Facebook, YouTube,...). Mặc dù vậy nhưng truyền hình đa nền tảng ở nước ta nói riêng, ở các tổ chức truyền hình trên thế giới nói chung chỉ tận dụng một phần và thực hiện theo kiểu "vừa ném đá, vừa dò đường". Tính đến thời điểm hiện tại, biểu hiện rõ nhất của hạn chế này nằm ở chiến lược lưu trữ hỗn hợp và khoá hoặc hạn chế tính năng bình luận.

2.2. Nguyên nhân

- Nếu việc chọn lựa của người dùng đối với những video họ yêu thích càng nhiều dựa trên sự kết hợp chéo giữa các nền tảng và người theo dõi thì khả năng hiển thị của những video đó càng cao. Chúng sẽ biến thành "xu hướng", "chủ đề thịnh hành", "nội dung được quan tâm nhiều", "phổ biến",..., trên môi trường truyền thông xã hội. Tuy nhiên, việc chọn lựa của người dùng thường không dựa trên những tiêu chí phức tạp, khoa học như các nhà đài. Do vậy, chất lượng và nội dung của video chưa đủ để đạt được phạm vi tiếp cận rộng lớn. Thêm vào đó, thuật toán - được bảo mật kỹ lưỡng - của nền tảng thao túng việc thúc đẩy hay kìm hãm dòng "xu hướng", "chủ đề thịnh hành",... hiện diện trên không gian mạng. Vì thế, bằng thuật toán và sự chọn lựa của người dùng, nền tảng đang quyết định khả năng hiển thị video trong hệ sinh thái mà nó tạo ra.

Khi khán giả có nhu cầu truy cập và sử dụng thông tin qua các nền tảng xuyên biên giới, họ bắt buộc phải tạo tài khoản cá nhân. Bởi vậy, nền tảng nghiễm nhiên có trong tay dữ liệu người dùng. Điều này tương ứng với việc, nền tảng xuyên biên giới có quyền bán dữ liệu, không gian, thời gian quảng cáo chứ không phải các nhà đài. Cấu trúc của nền tảng cho phép các tổ chức tin tức tiếp cận khán giả của mình nhưng phá vỡ tính bền vững của mối quan hệ giữa khán giả và báo chí[1]. Thêm vào đó, cơ chế chọn lựa và cá nhân hoá của nền tảng còn cho biết khán giả muốn gì, tìm gì, cần gì,... để tiếp thị đúng khách hàng mục tiêu đem lại hiệu quả cho các chiến dịch quảng cáo - chỉ nền tảng mới có đặc quyền này.

Nhà đài muốn biết khán giả của mình là ai trên các nền tảng thì bắt buộc phải tạo tài khoản để sử dụng. Nói cách khác, lúc này, truyền hình trở thành người dùng ở vai một tổ chức sử dụng để tận dụng sức mạnh phân phối

---

1. Xem J.Kaye, S.Quinn: *Funding journalism in the digital age: Business models, strategies, issues and trends*, Peter Lang, Washington D.C, 2010, p.16.

của nền tảng và các công cụ theo dõi, đo lường hành vi của khán giả trong chúng. Và hiển nhiên, dữ liệu cá nhân, dữ liệu nội dung của nhà đài và công chúng đều được các nền tảng xuyên biên giới nắm giữ khiến họ có nhiều quyền lực hơn với nhà quảng cáo. Không chỉ vậy, nền tảng xuyên biên giới còn đóng vai trò là người gác cổng cho truyền hình trong việc nhận định và phân phối nội dung theo nhu cầu của khán giả thông qua công cụ quản lý, phân tích đối tượng miễn phí, đặt giá thầu quảng cáo có lập trình của chính nó. Chất lượng hoặc loại nội dung không phải là thứ nền tảng quan tâm. Họ quan tâm tới siêu dữ liệu và lưu lượng truy cập do nội dung tạo ra. Bởi thế, cho dù nền tảng không trực tiếp sản xuất nội dung nhưng nó sẽ tìm đủ mọi cách để mọi loại nội dung của mọi tổ chức, mọi cá nhân đi qua (lưu trữ) trên nền tảng của mình.

- Nguyên nhân của việc chưa tận dụng hết được thế mạnh của từng nền tảng, đó là trước tiên, phải khẳng định, xu hướng truyền hình đa nền tảng là một xu hướng hoàn toàn mới và hầu hết các đài truyền hình mới bắt đầu thực hiện. Do vậy, những hạn chế trên là điều dễ hiểu. Kinh phí để thiết kế nền tảng riêng cho mỗi nhà đài vô cùng lớn, không phải cơ quan nào cũng có thể chi trả. Đó là còn chưa nói đến việc thiết kế lập trình những cơ chế dựa trên thuật toán là vô cùng phức tạp. Bởi thế, các tính năng của những nền tảng này chưa thực sự thân thiện, tiện ích, phong phú, đa dạng.

Quá trình khảo sát trường hợp Đài Truyền hình Việt Nam cho thấy, sự thích nghi với nền tảng của tổ chức truyền hình của nhà báo gần như không có, trái ngược hoàn toàn với sự thích nghi rất tốt cùng các nền tảng xuyên biên giới. Quan trọng hơn cả, nền tảng của nhà đài gần như chỉ thực hiện chức năng lưu trữ gốc và là nguồn để dẫn link trên môi trường internet nên nhiều tác vụ, tính năng (thích, chia sẻ, bình luận, hashtag nội dung, card/end screen, time labels, thumbnail,...) chưa được khai thác triệt để. Nói như thế không có nghĩa là ở nền tảng xuyên biên giới những tác vụ này sẽ được truyền hình khai thác triệt để. Thời điểm khảo sát, VTVgo gần như không có hành vi/tác vụ kéo dài thời gian tồn tại, các chỉ số được lượng hoá để cho biết phản ứng của khán giả với sản phẩm trên VTVgo thấp nhất so với Facebook, YouTube.

Đây là hạn chế của không ít các cơ quan báo chí, truyền hình trong nước cũng như trên thế giới khi tham gia phân phối đa nền tảng. Họ phải đối diện với một lượng khổng lồ những tương tác phản hồi (cả tích cực lẫn tiêu cực) từ khán giả/người dùng. Để xử lý tình huống này nhiều tổ chức truyền hình trên thế giới và ở Việt Nam đã khuyến khích các nhà báo - tác giả của những sản phẩm được phân phối trên các nền tảng - sao chép đường dẫn (link) và đăng lên các trang cá nhân của họ rồi tương tác, phản hồi với khán giả. Nó không những giúp giảm được áp lực cho các fanpage của tổ chức truyền hình mà còn giúp nhà báo khai thác tối đa sức kiến tạo của khán giả/công chúng.

Chương III

NHỮNG VẤN ĐỀ ĐẶT RA VÀ MỘT SỐ GIẢI PHÁP NHẰM THÚC ĐẨY PHÁT TRIỂN XU HƯỚNG TRUYỀN HÌNH ĐA NỀN TẢNG Ở VIỆT NAM TRONG THỜI GIAN TỚI

I. NHỮNG VẤN ĐỀ ĐẶT RA VỚI XU HƯỚNG TRUYỀN HÌNH ĐA NỀN TẢNG Ở VIỆT NAM

1. Hệ sinh thái nền tảng và bảo đảm tính chính xác, toàn diện của tin tức

1.1. Hệ sinh thái nền tảng

Kể từ đầu những năm 2000, các nền tảng phát triển mạnh nhờ kết nối internet. Chủ sở hữu những nền tảng này nắm trong tay nhiều quyền lực bởi họ kiểm soát các nút dịch vụ thông tin quan trọng, ẩn mình tại cửa ngõ của xã hội trực tuyến. Tâm điểm của hệ sinh thái là năm công ty công nghệ cao (Big Five) gồm: Alphabet-Google, Facebook, Apple, Amazon và Microsoft. Họ thống trị không gian trực tuyến ở Bắc Mỹ, châu Âu và có trụ sở chính tại bờ Tây nước Mỹ. Sau đó, "những gã công nghệ khổng lồ" này mở rộng phạm vi hoạt động ra toàn thế giới, lần lượt đặt trụ sở, văn phòng đại diện tại Việt Nam. Năm 1996 là Microsoft; tiếp đó là Alphabet-Google (năm 2003), Facebook (năm 2004), YouTube (năm 2005), Apple (năm 2015), Amazon (năm 2019). Hệ sinh thái nền tảng không phải là một sân chơi bình đẳng mà là một sân chơi mang tính phân cấp sâu sắc. Nó bị ràng buộc bởi nhiều mâu thuẫn: phục vụ những giá trị công nhưng thuộc quyền sở hữu của các công ty công nghệ; định vị mình ở vị trí trung lập nhưng phục vụ lợi ích của bản thân; tuyên bố mình rất dân chủ khi "trao quyền cho khách hàng" nhưng thao túng họ bằng điều khoản sử dụng và hộp đen công nghệ.

Tính đến thời điểm hiện tại, có hai loại nền tảng: nền tảng cơ sở hạ tầng và nền tảng ngành.

- Nền tảng cơ sở hạ tầng

Đây là nền tảng có sức ảnh hưởng lớn do Big Five sở hữu và điều hành. Chúng là "trái tim" của cả hệ sinh thái mà dựa trên đó nhiều ứng dụng, nền tảng khác xây dựng và phát triển. Nhờ vào việc quản lý, xử lý, lưu trữ và phân kênh các luồng dữ liệu, nền tảng cơ sở hạ tầng đóng vai trò như người "gác cổng" trực tuyến để điều hành, phân phối. Có thể kể đến các dịch vụ cơ sở hạ tầng của chúng như: công cụ tìm kiếm, trình duyệt, máy chủ dữ liệu và điện toán đám mây, e-mail và nhắn tin tức thời, mạng xã hội, mạng quảng cáo, cửa hàng ứng dụng, hệ thống thanh toán, dịch vụ nhận dạng, phân tích dữ liệu, lưu trữ video, dịch vụ không gian địa lý và điều hướng,...

Alphabet - công ty bảo trợ tất cả các dịch vụ của Google - cung cấp một số tiện ích chính trong hệ sinh thái nền tảng như: công cụ tìm kiếm (Google search), hệ điều hành di động (Android), trình duyệt web (Chrome), dịch vụ mạng xã hội (Google +), ứng dụng cửa hàng (Google Play), dịch vụ thanh toán (Google Wallet, Android Pay), dịch vụ quảng cáo (AdSence), trang chia sẻ video (YouTube) và định vị (Google Maps, Google Earth). Ngoài ra, một dịch vụ quan trọng không kém nhưng ít phổ biến hơn là Google Cloud Platform, gồm 53 dịch vụ, trong đó có cả trí tuệ nhân tạo.

Bên cạnh Alphabet-Google, Facebook thống trị lưu lượng dữ liệu khi kiểm soát 80% thị trường dịch vụ mạng xã hội, tiếp cận hai tỷ người dùng hằng tháng trên toàn thế giới. Nó đã mở rộng đối tượng nhân khẩu học ban đầu và mở rộng bộ ứng dụng của mình bằng cách thêm các tính năng nhắn tin và hình ảnh hấp dẫn. Khi kết hợp cùng nhau, Google và Facebook kiểm soát hơn 60% quảng cáo trực tuyến - thành phần chi phối của nhiều mô hình kinh doanh dựa trên web. Hai công ty công nghệ này cũng kiểm soát một phần đáng kể dịch vụ nhận dạng trực tuyến (đăng nhập Facebook), một lối vào quan trọng của nhiều người. Hơn nữa, thông qua "dòng ứng dụng di động" phổ biến (Facebook, Messenger, Instagram, Whatsapp), nó giành được phần lớn quyền kiểm soát với luồng thông tin cá nhân của mọi người.

Amazon là một công ty lớn khác trong hệ sinh thái nền tảng. Nó là doanh nghiệp bán lẻ trực tuyến lớn nhất thế giới khai thác mạng lưới hậu cần rộng khắp các quốc gia để phân phối hàng hoá vật chất. Nó cũng dẫn đầu thị trường không gian máy chủ đám mây và phần mềm.

Về nguyên tắc, hệ sinh thái nền tảng cho phép các cá nhân/tổ chức tham gia, nhưng trên thực tế, nhiều đối tác/đối thủ cạnh tranh gần như không có cơ hội thâm nhập được vào cốt lõi của hệ sinh thái đặt tại Mỹ. Nguyên nhân đến từ sự phát triển và lớn mạnh nhanh chóng của nền tảng cơ sở hạ tầng Big Five. Phần lớn những nền tảng không thuộc sở hữu của "năm gã công nghệ khổng lồ" sẽ bị phụ thuộc vào dịch vụ thông tin cơ sở hạ tầng của hệ sinh thái. Do vậy, nền tảng của các tổ chức/cá nhân khác vẫn hoạt động được nhưng khó có thể như một chủ thể tự trị. Nghĩa là, nó không thể thu lợi ích từ tính năng vốn có của một nền tảng: kết nối toàn cầu, tiếp cận phổ biến và hiệu ứng mạng. Chúng thường phải dựa vào Facebook hoặc Google để có phương tiện đăng nhập và khả năng hiển thị, xếp hạng tìm kiếm để có quyền truy cập vào các trang có giá trị.

- Nền tảng ngành

Loại thứ hai là các nền tảng ngành phục vụ một lĩnh vực hoặc một phân khúc cụ thể, chẳng hạn: tin tức, giao thông, thực phẩm, y tế, tài chính hoặc khách sạn. Thậm chí, có một số nền tảng ngành không có tài sản vật chất, không có nhân viên theo ngành cụ thể, không cung cấp sản phẩm, nội dung hoặc dịch vụ hữu hình. Chúng đơn giản chỉ là những "người kết nối" giữa người dùng cá nhân và nhà cung cấp đơn lẻ (ví dụ: Airbnb, Grab, Uber,...). Những nền tảng kết nối phụ thuộc vào các bên bổ sung. Bên bổ sung ở đây có thể là tổ chức/cá nhân cung cấp sản phẩm/dịch vụ cho người dùng cuối. Nền tảng kết nối liên kết các bên khác nhau và tạo thành thị trường đa diện.

Các tổ chức tuân theo quy định của một ngành, tuân thủ quy định pháp luật, chuẩn mực nghề nghiệp và mối quan hệ lao động có thể thiết kế nền tảng ngành của riêng mình. Tổ chức công và chính phủ cũng có thể trở thành yếu tố bổ sung cho nhau. Ví dụ: trường đại học, bệnh viện, ngân hàng có thể hoạt động như nhà cung cấp sản phẩm, bí quyết, dịch vụ theo ngành. Cá nhân bổ sung có thể là doanh nhân, nhà cung cấp ôtô, căn hộ hoặc kỹ năng nghề nghiệp (riêng tư) của họ. Nền tảng trung gian mới bổ sung nhiều giá trị kinh tế cho nền tảng cơ sở hạ tầng nhưng cũng đặt ra nhiều vấn đề. Chẳng hạn, sự không ổn định, bấp bênh của lực lượng lao động trong xã hội, một sân chơi không bình đẳng và công bằng.

Năm công ty công nghệ Big Five gây ảnh hưởng ngày càng lớn đến cách tổ chức xã hội thông qua hệ sinh thái nền tảng. Dịch vụ cơ sở hạ tầng của họ đặt ra các tiêu chuẩn công nghệ, xác định mô hình kinh tế và định hướng hoạt động của người dùng trong toàn bộ hệ sinh thái; định hình sự tương tác giữa các nền tảng ngành, tổ chức xã hội, công ty và người tiêu dùng cá nhân. Mặc dù có thể tổ chức các mối quan hệ này một cách khác nhau nhưng đây không phải là một nhiệm vụ đơn giản. Công nghệ tạo ra chúng luôn phức tạp và đổi mới thường xuyên nên cần có những giải pháp, sáng kiến để quản lý chúng hiệu quả; từ đó, mang lại sự thay đổi thực chất cho hoạt động của một xã hội nền tảng. Cách nền tảng vận hành và đang được vận hành phải trở nên cởi mở hơn để đàm phán và cho phép các tác nhân xã hội khác tác động đến cơ chế hoạt động của chúng.

Đối với lĩnh vực truyền hình ở Việt Nam, sự xuất hiện của Facebook (năm 2004) và YouTube (năm 2005) đã làm thay đổi khá nhiều hoạt động và tạo ra 4 áp lực lớn, cần giải quyết: *thứ nhất,* áp lực về cạnh tranh thông tin; *thứ hai,* áp lực giữ chân khán giả; *thứ ba,* áp lực từ công nghệ; *thứ tư,* áp lực về nguồn thu. Thực tiễn một vài năm trở lại đây cho thấy: sự bùng nổ của nền tảng truyền thông xã hội làm thay đổi cách xem và cách làm truyền hình. Nhờ sự hội tụ của công nghệ thông tin, công nghệ viễn thông, trải nghiệm xem truyền hình của khán giả được cải thiện một cách tối ưu, ở mọi lúc, mọi nơi và xem theo nhu cầu, sở thích. Nói một cách khác, họ chính là những công chúng chủ động và truyền hình buộc phải thay đổi để thích ứng với bối cảnh mới, đối tượng mới. Nhận định này càng thuyết phục hơn khi chúng ta nhìn vào số liệu báo cáo minh bạch của Google. Theo đó, tính đến quý II/2022, Việt Nam hiện là quốc gia đứng đầu khu vực châu Á - Thái Bình Dương về lượt xem video trên YouTube; đứng thứ 5 khu vực về lượt truy cập internet. Với hơn 40 triệu người tham gia mạng xã hội, nếu không cộng sinh, số lượng người xem và thông tin của các đài truyền hình tại Việt Nam sẽ giảm. Hơn nữa, các cơ chế của nền tảng (trình bày tại Chương I) tạo ra nhiều mâu thuẫn cần phải giải quyết để truyền hình có thể hoạt động trong hệ sinh thái nền tảng, xã hội nền tảng. Đồng thời, nó cũng mở ra cơ hội cho truyền hình Việt Nam thích ứng, hoàn thiện trước bối cảnh số. Việc nhận ra thách thức, cơ hội là cần thiết và là cơ sở quan trọng để xây dựng kế hoạch, chiến lược phát triển phù hợp. Khi đó, truyền hình sẽ trở nên sinh động, hấp dẫn, cạnh tranh tốt với các loại hình truyền thông khác và dần khẳng định thương hiệu trên trường quốc tế.

1.2. Bảo đảm tính chính xác, toàn diện của tin tức

Khi việc sản xuất, phân phối và khai thác kinh tế từ tin tức ngày càng trở nên khó khăn thì những nguyên tắc chọn lựa chúng để đem lại giá trị kinh tế càng không dễ dàng. Chọn lựa nội dung là hoạt động phản ánh bản chất của truyền hình chuyên nghiệp, phản ánh đánh giá của tổ chức truyền hình về các giá trị văn hoá, xã hội. Sự xuất hiện của các nền tảng cơ sở hạ tầng khiến việc chọn lựa này chuyển từ con người sang thuật toán của nền tảng và biểu hiện ở hai cấp độ.

Cấp độ thứ nhất, tập đoàn Big Five đặt ra các tiêu chuẩn ở phạm vi toàn cầu để kiểm soát nội dung được chia sẻ lên nền tảng cho các tổ chức truyền hình. Vì chủ sở hữu các nền tảng có trụ sở tại Mỹ nên các quy định/điều khoản liên quan đến những gì được phép/không được phép sẽ áp dụng theo những tiêu chuẩn văn hoá Mỹ. "Các điều khoản dịch vụ của Facebook, YouTube thường cấm hình ảnh khoả thân, hình ảnh bạo lực, thư rác, vi rút, nội dung mang tính thù hận hoặc đe doạ"[1]. Những quy tắc này có khá nhiều vấn đề cần bàn luận.

Vào tháng 5/2017, khoảng hai tỷ người dùng đã được biết cách Facebook quyết định nội dung nào sẽ được đăng trên nền tảng này. Hơn 100 sổ tay, bảng tính và sơ đồ đào tạo nội bộ bí mật mà Facebook dùng để kiểm duyệt nội dung bị rò rỉ. Các tập tin này cho thấy nỗ lực cố gắng của Facebook trong việc tìm ra điểm trung gian giữa việc xoá nội dung có khả năng gây sốc, xúc phạm. Đồng thời, giữ nguyên nội dung có tầm quan trọng đối với công chúng. Ví dụ: người kiểm duyệt được hướng dẫn rằng, những video về cái chết bạo lực (dù được đánh dấu là đáng lo ngại) không phải lúc nào cũng bị xoá vì có thể giúp công chúng nâng cao nhận thức về bệnh tâm thần. Tập tin bị lộ cũng cho thấy, với lượng nội dung được chia

---

1. Xem Gillespie: "The Platform Metaphor, Revisited", *HIIG Science Blog*, Berlin: Alexander von Humboldt Institute fur Internet und Gesellschaft. August 24, 2017, p.05. https://www.hiig.de/en/blog/the-platform-metaphor-revisites/.

sẻ lớn, người kiểm duyệt của Facebook chỉ có 10 giây để đưa ra quyết định. Hơn nữa, theo Guardian, các chuyên gia cảm thấy bối rối trước những chính sách phức tạp, không nhất quán, đặc biệt là nội dung/hình ảnh liên quan đến tình dục. Phản ứng về khủng hoảng này, đại diện của Facebook thừa nhận "tập đoàn thực sự đang lúng túng với trách nhiệm biên tập"[1].

Sự lúng túng ấy rõ ràng hơn khi xem xét việc kiểm duyệt nội dung của Facebook ảnh hưởng đến quá trình sản xuất, phân phối tin tức của truyền hình. Các phương tiện truyền thông xã hội đang gặp khó khăn trong việc xác định tính bối cảnh và giá trị về mặt lịch sử, văn hoá của nội dung tin tức, ở những thời điểm cụ thể. Năm 2016, Facebook không ngừng xoá một bức ảnh mang tính biểu tượng The Terror of War - của cô bé người Việt Nam khoả thân chạy trên đường sau một trận bom Napalm. Cuộc tranh cãi nổ ra ngay sau khi Facebook xoá bài đăng của nhà văn người Nauy, Tom Egland, và trở thành cao trào khi Egland bị đình chỉ hoạt động trên nền tảng. Để phản ứng về sự bất công này, đồng nghiệp của Egland (làm việc ở báo Aftenposten) đã đưa tin về việc anh bị đình chỉ bằng cách đăng lại hình ảnh The Terror of War. Bài đăng của họ cũng bị Facebook xoá. Tổng biên tập tờ

---

1. Xem Hopkins: "Revealed: Facebook's Internal Rulebook on Sex, Terrorism and Violence", *Guardian*, May 21, 2017, p.07. http://www.theguardian.com/news/2017/may/21/revealed-facebook-internal-rulebook-sex-terrorism-violence.

báo Aftenposten, Espen Egil Hansen, đã viết một bức thư gửi Mark Zuckerberg, nêu rõ: "Bạn tạo ra các quy tắc nhưng không phân biệt giữa nội dung khiêu dâm trẻ em và các bức ảnh chiến tranh nổi tiếng. Bạn thực hành các quy tắc đó mà không cân nhắc đến bối cảnh và giá trị của bức ảnh"[1]. Bức thư tạo ra hiệu ứng cộng đồng rộng rãi. Hàng nghìn người trên toàn cầu đăng hình ảnh khủng bố chiến tranh để phản đối Facebook trên trang cá nhân của họ. Đối mặt với phản ứng dữ dội trên toàn thế giới, Facebook quyết định khôi phục lại bức ảnh đó trên toàn miền. Facebook khẳng định: "hình ảnh một đứa trẻ khoả thân thường bị cho là vi phạm các tiêu chuẩn cộng đồng của chúng tôi". Tuy nhiên, "trong trường hợp này, chúng tôi đã nhận ra lịch sử và giá trị toàn cầu của bức ảnh"[2]. Điều đó có nghĩa rằng, ở thời điểm hiện tại, nếu xuất hiện một bức ảnh tương tự như vậy thì sẽ khó được phổ biến rộng rãi và trở thành biểu tượng do cơ chế chọn lựa tin tức của Facebook và nền tảng khác có tiêu chuẩn cộng đồng giống họ.

Hoạt động kiểm duyệt của nền tảng cơ sở hạ tầng dựa vào sự kết hợp giữa việc gắn cờ của người dùng, tự động

---

1. Xem Hansen, J. D., và J. Reich: "Democratizing Education? Examining Access and Usage Patterns in Massive Open Online Courses", *Science 350*, no. 6265: 1245-48, 2016, p.48.

2. Xem Levin, S., J. Wong, và L. Harding: "Facebook Backs Down from "Napalm Girl" Censorship and Reinstates Photo", *Guardian*, September 9, p.04. http://www.theguardian.com/technology/2016/sep/09/facebook-reistates-napalm-girl-photo.

phát hiện từ ngữ/hình ảnh và người kiểm duyệt. Điểm đáng lưu ý, người kiểm duyệt của nền tảng bị ép buộc về mặt thời gian (ví dụ: bức ảnh nổi tiếng chúng ta nói ở trên, họ chỉ có 10 giây để quyết định cho phép/không cho phép hiển thị). Do vậy, hoạt động này thường thiếu sự biên tập kỹ lưỡng giống như những tổ chức báo chí, truyền hình. Thực tế đó đã cho thấy, nền tảng cơ sở hạ tầng khó có thể đáp ứng được những yêu cầu khoa học trong quy trình tin tức của truyền hình. Họ đơn thuần chỉ là những công ty công nghệ và hoàn toàn không phải một tổ chức truyền hình, một cơ quan truyền thông. Điều này giúp chúng ta nhận ra, điểm cốt lõi của những xung đột, căng thẳng do quá trình nền tảng hoá tạo ra cho truyền hình.

Các nền tảng của Big Five thâm nhập vào nhiều lĩnh vực kinh tế khác nhau và định hình lại cách thức tổ chức chúng. Mặc dù quyền lợi đi kèm rất lớn nhưng nền tảng luôn từ chối trách nhiệm có liên quan. Đối với tin tức của truyền hình cũng vậy. Khi truyền hình cộng sinh với nền tảng, nền tảng trở thành trung tâm của việc chọn lựa tin tức. Hoạt động kiểm duyệt nội dung diễn ra với tần suất cao bởi nhu cầu chia sẻ, cập nhật tin tức của khán giả/công chúng/tổ chức truyền hình qua những nền tảng này lớn. Và do vậy, nó luôn bị vướng mắc giữa những tranh luận về việc cho phép nội dung này ít hoặc nhiều, khiến các nền tảng phải phản biện: họ không phải là trọng tài của sự thật.

Cấp độ thứ hai, nền tảng cơ sở hạ tầng thống trị lĩnh vực tin tức trong đó có truyền hình. Chúng có thể can thiệp sâu vào việc loại tin tức nào được hiển thị nhiều với người dùng và phương tiện truyền thông nào sẽ được người dùng truy cập nhiều. Chúng ta cùng chứng minh điều này qua những thay đổi trong thuật toán New Feed của Facebook. Một thay đổi nhỏ cũng tác động mạnh đến lưu lượng truy cập của các tổ chức tin tức.

Cuối năm 2013, khi Facebook quyết định khuyến khích chia sẻ nội dung tin tức chất lượng, lưu lượng truy cập của nhiều tổ chức tin tức kỹ thuật số giảm mạnh, trong đó có HuffPost và Upworthy; riêng lưu lượng của hãng BuzzFeed vẫn giữ nguyên. Điều đó khiến chúng ta đặt câu hỏi về tính minh bạch của việc thiết kế và quản lý thuật toán của Facebook. Năm 2017, Facebook quyết định thực hiện thử nghiệm loại bỏ hoàn toàn các phương tiện truyền thông tin tức chuyên nghiệp khỏi nguồn cấp tin tức của người dùng trên hệ điều hành của mình tại sáu quốc gia (Sri Lanka, Guatemala, Bolivia, Campuchia, Serbia và Slovakia). Khi những bài đăng công khai của các tổ chức truyền thông này chuyển sang một nguồn cấp dữ liệu riêng trên nền tảng, lưu lượng truy cập của họ bị sụt giảm mạnh. Năm 2018, Mark Zuckerberg thông báo, công ty sẽ "thực hiện một thay đổi lớn đối với cách chúng tôi xây dựng Facebook". Người dùng sẽ nhìn thấy nhiều hơn những thông tin được "bạn bè, gia đình và các nhóm" của họ quan tâm, bày tỏ cảm xúc, bình luận, chia sẻ,... trong nguồn cấp dữ liệu mới của Facebook và thấy ít hơn từ "các doanh nghiệp, thương hiệu và phương tiện truyền thông"[1]. Như vậy, mỗi đợt sửa đổi thuật toán News Feed của Facebook, các tổ chức tin tức trong đó có truyền hình đều dành sự quan tâm đặc biệt bởi lưu lượng truy cập người dùng của họ phụ thuộc vào thuật toán của Facebook.

Hơn nữa, thuật toán của Facebook thay đổi không những ảnh hưởng đến lưu lượng truy cập người dùng, mà còn có thể trực tiếp quyết định đến sự nổi bật của loại tin tức truyền hình. Cơ chế dữ liệu hoá, cơ chế hàng hoá hoá và cơ chế chọn lựa của nền tảng cơ sở hạ tầng sẽ quyết định những tin tức/nội dung nào là "phù hợp nhất", "hàng đầu" hoặc "xu hướng". Hay nói một cách đơn giản, nền tảng ít quan tâm đến sự tương tác của người dùng và ít quan tâm tin tức đó có nội dung gì, chất lượng ra sao. Bản chất của việc tự động chọn lựa tin tức của nền tảng dựa trên nguyên tắc cơ bản: "cá nhân hóa" và "lan truyền". Nó được thiết kế, kích hoạt trong hộp đen của nền tảng cơ sở hạ tầng; từ đó, tự động thúc đẩy người dùng chia sẻ với bạn bè, người theo dõi và thu hút phản hồi/"cảm xúc" của họ. Động lực "cá nhân hoá" và tính "lan truyền" này một lần nữa xác thực nhận định: Facebook và các nền tảng của Big Five tập trung vào việc tối đa

---

1. Xem Mosseri, A: *"News Feed FYI: Bringing People Closer Together"*. Facebook Newsroom. January 11, 2018. https://newsroom.fb.com/news/2018/01/news-feed-fyi-bringing-people-closer-together/.

hoá sự tương tác của người dùng hơn là cung cấp tin tức chính xác, toàn diện cho họ.

Ngoài ra, thực tế việc chia sẻ của người dùng và thuật toán "cá nhân hóa" tạo ra các bộ lọc cá nhân, gói gọn họ trong bộ lọc thông tin của riêng mình. Sự tồn tại của bộ lọc cá nhân gây ra nhiều tranh luận. Facebook khẳng định, những tin tức "rác", tin giả tồn tại trên News Feed không phải do thuật toán của nền tảng. Nó đến từ việc khán giả/người dùng nhấp chuột/chạm vào những thứ họ quan tâm do bạn bè/nhóm của họ tạo ra. Do vậy, công chúng khó thấy được sự đa dạng của các luồng tin tức báo chí, truyền hình,... Đây chính là điểm khác biệt lớn về hệ tư tưởng của Facebook/các nền tảng cơ sở hạ tầng với tổ chức báo chí, truyền hình. Tin tức của tổ chức báo chí, truyền hình được hiển thị/truy cập ít hay nhiều là do người dùng/khán giả. Trách nhiệm thuộc về cá nhân người dùng, Facebook và các nền tảng của Big Five không phải là những biên tập viên để bảo đảm công chúng sẽ nhận được tin tức phong phú, đa dạng, toàn diện.

Tóm lại, nền tảng hóa có xu hướng biến đổi tính chính xác và toàn diện của tin tức báo chí, truyền hình từ giá trị công sang giá trị cá nhân. Việc cá nhân hoá nội dung không thể quy cho thuật toán của nền tảng hoặc sở thích hay thực tế hoạt động của người dùng. Nó là kết quả của sự tương tác giữa ba bên: nền tảng; người dùng/khán giả; tổ chức báo chí, truyền hình. Vì vậy, điều quan trọng là phải tìm hiểu những chiến lược nội dung, chiến lược quảng cáo, xây dựng một nền tảng độc lập mà tổ chức báo chí, truyền hình phát triển nhằm đáp ứng các nguyên tắc lựa chọn của nền tảng cơ sở hạ tầng.

2. Cơ chế chọn lựa của nền tảng và bảo đảm tính dân chủ của quy trình tin tức

2.1. Sản xuất tin tức ứng với cơ chế chọn lựa của nền tảng

Có thể khẳng định rằng, ở Việt Nam, việc chọn lựa nội dung tin tức để phân phối trên các nền tảng cơ sở hạ tầng của mỗi tổ chức truyền hình là khác nhau do sự khác biệt trong tôn chỉ, mục đích của mỗi tổ chức. Thậm chí, mỗi đơn vị/kênh trong một tổ chức/kênh cũng áp dụng việc này rất khác nhau do các tiêu chí đặc thù của họ không giống nhau.

Đối với những đơn vị chuyên sản xuất nội dung số, không ngạc nhiên khi họ trực tiếp định hình quy trình tổ chức sản xuất và phân phối truyền hình tương ứng với các cơ chế chọn lựa của nền tảng cơ sở hạ tầng. Trường hợp của VTV Digital - Trung tâm Sản xuất và Phát triển nội dung số, Đài Truyền hình Việt Nam là một ví dụ. Họ chọn những thông tin giải trí, tin nóng mang tính địa phương để phân phối; từ đó, chạm vào cảm xúc của khán giả/người dùng online và kích thích ham muốn xem của họ trên các nền tảng. Chiến lược này tương đối giống với chiến lược của các phương tiện truyền thông đại chúng thương mại -

đều hướng đến cơ chế dữ liệu hoá của những nền tảng xuyên biên giới. Nó không đơn thuần chỉ được thúc đẩy bởi chiến thuật thương mại mà còn là sự cộng sinh để thích nghi của truyền hình với hệ sinh thái nền tảng.

Cơ sở hạ tầng công nghệ và mô hình kinh doanh của nền tảng hoàn toàn hướng tới việc kích thích, thu hút và kiếm tiền từ cảm xúc của người dùng. Bằng cách cung cấp dữ liệu và tối ưu hoá hoạt động của nền tảng cơ sở hạ tầng, truyền hình dùng những cảm xúc này một cách rất hiệu quả để tổ chức sản xuất nội dung chuyên nghiệp. Chẳng hạn, khi tình trạng "thừa thầy thiếu thợ", nạn thất nghiệp trở thành dòng "chủ đề phổ biến" được quan tâm nhiều ở thời điểm ra trường của các sinh viên Việt Nam trên Facebook, VTV Digital đã phản ứng bằng tiêu điểm "Bằng giỏi vẫn thất nghiệp - Gen Z khủng hoảng với "cuộc chiến tìm việc làm"". Ngay sau khi đăng tải, video nhận được nhiều sự quan tâm/bày tỏ cảm xúc/bình luận của cộng đồng người sử dụng và trở nên nổi bật hơn trên Facebook.

Điều đáng chú ý, cơ chế chọn lựa thông qua thuật toán của nền tảng cơ sở hạ tầng ảnh hưởng đến số lượng nội dung do các đơn vị sản xuất nội dung số tạo ra. Trên thế giới cũng như Việt Nam, đã từng có thời gian những đơn vị này cung cấp toàn diện nhiều nội dung cho nền tảng. Song chỉ một tỷ lệ nhỏ những nội dung đó được phổ biến rộng rãi. Ví dụ, năm 2016, BuzzFeed đã đăng tải trung bình 319 video/ngày; năm 2017, Truyền hình Việt

Nam đăng tải trung bình khoảng gần 400 video/ngày. Tiếp cận như vậy, họ sẵn sàng sản xuất nhiều nội dung và đẩy trực tiếp lên mạng xã hội. Người dùng nền tảng sẽ quyết định nội dung nào có hoặc không có giá trị và quyết định việc chọn lựa nội dung của truyền hình chứ không phải do ban biên tập. Nó không đi theo cách truyền thống, "lọc, sau đó xuất bản" mà biểu thị mô hình "xuất bản, sau đó lọc" trên các nền tảng[1]. Nói cách khác, trách nhiệm biên tập được chuyển từ các biên tập viên chuyên nghiệp sang cá nhân người dùng.

Trong khi đơn vị sản xuất nội dung số ngay từ đầu đã tối ưu hoá việc sản xuất và phân phối nội dung cho hệ sinh thái nền tảng thì các đơn vị truyền hình truyền thống dần dần thay đổi về hình thức, phong cách báo chí để đáp ứng cơ chế chọn lựa của nền tảng cơ sở hạ tầng. Họ cố gắng tìm sự cân bằng giữa việc điều chỉnh để cộng sinh với hệ sinh thái nền tảng và duy trì quyền tự chủ báo chí. Hầu hết các nhà đài đầu tư vào việc cung cấp những nội dung thuộc lĩnh vực giải trí, tin tức nóng hổi, tin tức mang tính địa phương dưới dạng video và cập nhật thường xuyên. Bên cạnh đó, các đài truyền hình cũng tập trung vào sản xuất nội dung thuộc chủ đề công nghệ, thể thao, phong cách sống - những chủ đề sẽ giúp tăng lưu lượng truy cập trên mạng xã hội và là nguồn

---

1. Xem Shirky, C: *Here Comes Everybody: The Power of Organizing Without Organizations,* New York: Penguin, 2008.

doanh thu quảng cáo chính, quan trọng. Trên thực tế, chiến lược này không phải lúc nào cũng thành công.

Ngoài ra, để thích ứng với hệ sinh thái nền tảng, truyền hình truyền thống tiếp tục tập trung vào mảng phóng sự điều tra và phóng sự dân sinh để nhấn mạnh vai trò, tầm quan trọng của báo chí nguyên nghĩa. Sự lên ngôi của các nền tảng kích thích việc sản xuất những nội dung nhẹ nhàng, thân thiện với khán giả/người dùng online nhưng không thể bỏ qua những tin tức báo chí chất lượng. Vì thế, truyền hình gây thanh thế và kêu gọi khán giả "ở lại" với họ bằng những giá trị đích thực trong một môi trường tồn tại lượng thông tin khổng lồ. Phóng sự điều tra "Tín dụng đen núp bóng cầm đồ" của Ban Thời sự (VTV1), Đài Truyền hình Việt Nam, đăng trên YouTube là một ví dụ điển hình.

Không thể phủ nhận những bước đi chừng mực và tương đối hiệu quả của truyền hình Việt Nam. Tuy nhiên, truyền hình chưa nên coi đây là giải pháp an toàn bởi trong tương lai gần, nền tảng cơ sở hạ tầng có thể thuê người dùng cá nhân hoặc tổ chức sản xuất tất cả những nội dung trên để cạnh tranh trực tiếp với truyền hình. Nguy cơ này có căn cứ hơn khi một loạt các doanh nghiệp truyền thông/nhà xuất bản kỹ thuật số hàng đầu thế giới đầu tư phát triển mảng báo chí điều tra và những nội dung mang tính bản địa. Năm 2015, tác giả HuffPost thành lập nhóm phóng viên chuyên sản xuất nội dung bản địa tại hơn 15 quốc gia. Với khoảng 350 phóng viên/biên tập viên ở khắp nơi trên thế giới, dòng tin tức điều tra của BuzzFeed gây được tiếng vang và giúp hãng có được lượng công chúng online đáng kể.

Để đáp ứng sự phát triển của các nền tảng, truyền hình dùng nhiều cách để tạo ra lưu lượng truy cập của khán giả online. Đồng thời, việc sản xuất, phân phối nội dung gần như dựa trên sự hướng dẫn/tiêu chuẩn/quy định của nền tảng cơ sở hạ tầng. Theo nghĩa này, nền tảng hoá dường như gây áp lực cho tính độc lập và đưa tin toàn diện của truyền hình. Qua quan sát nhận thấy, truyền hình cũng đang bảo đảm giá trị đích thực của nó bằng việc chọn lựa những nội dung dân sinh, điều tra và tin tức mang tính địa phương để sản xuất, phân phối trên các nền tảng của Big Five. Quá trình nền tảng hoá quy trình tin tức đang diễn ra nên chưa thể khẳng định nó sẽ ảnh hưởng như thế nào đến vai trò của truyền hình ở Việt Nam. Nhưng chúng ta có thể khám phá cách nội dung được chọn lựa trong hệ sinh thái nền tảng thông qua sự tương tác giữa tổ chức truyền hình, nền tảng và khán giả/người dùng.

2.2. Bảo đảm tính dân chủ của quy trình tin tức

Sự phát triển của hệ sinh thái nền tảng với cốt lõi là nền tảng cơ sở hạ tầng của Big Five đã thay đổi căn bản động lực chọn lựa nội dung truyền hình và đặt nó lên sở thích của khán giả/người dùng online. Cơ chế chọn lựa của nền tảng định hình khả năng hiển thị và kích hoạt quá trình lan truyền của các phóng sự điều tra, phóng sự dân sinh giống như cách chúng làm với tin tức giải trí/tin giả. Do đó, có rất nhiều tác phẩm truyền hình chất lượng không đến được với đông đảo khán giả/người dùng online. Đáng chú ý, tin giả có xu hướng lan truyền xa và rộng hơn nhiều so với những tin tức truyền hình nguyên nghĩa. Động lực của sự lan truyền này đến từ phản ứng cảm xúc của khán giả/người dùng đối với tin tức họ đọc. Các nhà nghiên cứu phát hiện ra rằng, tin giả được coi là "mới lạ" và "gây ra nỗi sợ hãi, sự ngạc nhiên". Trong khi đó, "các câu chuyện có thật truyền cảm hứng và gieo hy vọng, nỗi buồn, niềm vui và sự tin tưởng"[1].

Đồng thời, cần lưu ý, ngoài cảm xúc của khán giả, động lực này về cơ bản được kích hoạt bởi hệ sinh thái nền tảng. Trong khi truyền hình cung cấp tin tức đã được xác minh và kích thích khán giả xem trọn vẹn một nội dung thì nền tảng cơ sở hạ tầng thúc đẩy khán giả xem, lưu hành tin tức đã được xác minh/tin chưa được xác minh một cách rời rạc. Tin giả/tin sai sự thật thường lan truyền nhanh và phần lớn những tin tức chính thống của truyền hình lại "vô hình" trên các nền tảng của Big Five. Nó đặt ra một câu hỏi lớn: Vai trò của truyền hình nằm ở chỗ nào trong hệ sinh thái nền tảng và một xã hội đa nền tảng tại Việt Nam? Giờ đây, truyền hình chỉ là một

---

1. Xem Vosoughi, S., D. Roy, và S. Aral: "The Spread of True and False News Online." *Science 359*, no. 6380 (2018): 1146-51, 2018.

trong nhiều tác nhân xác định thông tin nào công chúng có thể xem và cách thông tin đó được diễn giải.

Sự lan truyền của các tin giả trong đại dịch Covid-19 tại Việt Nam là một minh chứng để làm rõ điều này. Đợt dịch Covid-19 đầu tiên ở nước ta, những thông tin giả mạo đã gây ra tâm lý bất ổn trong một bộ phận nhân dân. Nhiều người ra sức tích trữ lương thực, thực phẩm, tạo ra tình trạng khan hiếm hàng hóa cục bộ ảnh hưởng tiêu cực đến hoạt động sản xuất kinh doanh, cung ứng hàng hóa tại nhiều địa phương. Cuối tháng 7/2021, khi đại dịch Covid-19 bùng phát ở nhiều tỉnh, thành phố phía Nam, các đối tượng tung tin giả xoáy sâu vào nỗi lo lắng, sợ hãi, bất an của người dân bằng thủ đoạn cắt, ghép hình ảnh kèm theo những thông tin sai sự thật,... Điều này cho thấy, thông tin sai lệch được lan truyền một cách có chiến lược sẽ phát tán rộng trên các nền tảng của Big Five; thậm chí bất chấp sự hiện diện của tin tức đúng sự thật trên tài khoản chính thức của tổ chức truyền hình, hay những thông cáo bác bỏ tin giả của các sở, ban, ngành, địa phương.

Đó là câu chuyện tại Việt Nam, trên thế giới, nghiên cứu việc chia sẻ tin tức qua Facebook và Twitter trong giai đoạn 2016 - 2017, Benkler và đồng nghiệp (năm 2017) nhận thấy: trang web tin tức và bình luận cực hữu đã trở thành trung tâm của một "hệ sinh thái truyền thông cánh hữu đặc biệt được bao quanh bởi Fox News, Daily Caller, Gateway Pundit, Washington Examiner, Infowars,

Conservative Treehouse và Truthfeed"¹. Người dùng được gói gọn trong hệ sinh thái này ít có khả năng nhìn thấy những câu chuyện từ các tổ chức tin tức chính thống - trung lập trong quan điểm chính trị. Mặc dù thông tin sai lệch được Breitbart, các tổ chức tin tức, doanh nhân cánh hữu chiếm ưu thế khác tạo ra và lưu hành nhưng nó không bao giờ có thể đạt phạm vi tiếp cận lớn như vậy - trở thành một doanh nghiệp có hiệu quả kinh tế cao - nếu không có hệ sinh thái nền tảng. Hơn nữa, chính vì các nền tảng thúc đẩy và cho phép cá nhân hoá nội dung nên sẽ xuất hiện một bộ lọc cá nhân bao quanh khán giả/người dùng online. Dựa trên nhu cầu, sở thích, tình cảm, thậm chí cả dữ liệu cá nhân, nền tảng của Big Five tự động cho phép hiển thị đúng những thông tin mà người dùng quan tâm.

Trước thực tế ở Việt Nam và thế giới, chúng ta cần suy nghĩ về việc đưa tin một cách dân chủ của truyền hình trong một xã hội nền tảng. Tức là, bảo đảm được sự công bằng, toàn diện trong tiếp cận tin tức truyền hình cho khán giả trên các nền tảng cơ sở hạ tầng; bảo đảm quyền độc lập đưa tin của tổ chức truyền hình trong hệ sinh thái nền tảng. Nó cũng yêu cầu các chủ thể khác tham gia vào quá trình này phải chịu trách nhiệm về việc

---

1. Xem Benkler, Y., R. Faris, H. Roberts, và E. Zuckerman: "Study: Breitbart-led Right-Wing Media Ecosystem Altered Broader Media Agenda", *Columbia Journalism Review*, March 3, 2017. https://www.cjr.org/analysis/breitbart-media-trump-harvard-study.php.

lưu chuyển thông tin, đặc biệt là nền tảng của Big Five. Bởi các tính năng chia sẻ, thuật toán, mạng quảng cáo của chúng tác động đến việc lan truyền thông tin sai lệch và biến nó thành vũ khí chính trị và hoạt động kinh doanh sinh lợi. Chúng ta cần thảo luận xem các nền tảng cơ sở hạ tầng chịu trách nhiệm ở mức độ nào với quyền lực ngành mà nền tảng nắm giữ.

Ở Việt Nam, Facebook và Google không phản ứng lại về vụ tin giả trong đại dịch Covid-19 nhưng vụ tin giả ở Mỹ năm 2016 thì ngược lại. Hai công ty này đã đề xuất xác minh tính xác thực - một trong những biện pháp để khắc phục sự lan truyền của tin giả. Trước hết, họ cộng tác với một số tổ chức độc lập xác minh tính xác thực để xác định và gắn nhãn cảnh báo tin giả. Đồng thời, kêu gọi người dùng gắn nhãn khi phát hiện thông tin đó không đúng sự thật. Ngoài ra, "Facebook, Google đã cấm hàng trăm nhà xuất bản độc hại và quảng cáo của họ"[1]. Với trường hợp của YouTube, một cuộc tẩy chay công khai đã khiến các nhà quảng cáo lớn như: Guardian, BBC, AT&T và Verizon buộc nền tảng này phải bảo đảm rằng, quảng cáo của họ sẽ không xuất hiện cùng với nội dung có vấn đề. Sự chủ động của các nhà quảng cáo ảnh hưởng mạnh đến Breitbart. Sau đó, Facebook và Google phải đưa ra

---

1. Xem Wakabayashi, D., và M. Isaac: "In Race Against Fake News, Google and Facebook Stroll to the Starting Line." *New York Times,* January 25, 2017, p.12. https://www.nytimes.com/2017/01/25/tech-nology/google-facebook-fake-news.html?mcubz=0.

nhiều dự án nhằm tăng cường hoạt động báo chí, chẳng hạn: Dự án Báo chí của Facebook được công bố vào tháng 01/2017; Sáng kiến Google News công bố vào tháng 3/2018. Theo đó, người dùng của Google được phép đăng ký các ấn phẩm tin tức dễ dàng hơn và cung cấp cho tổ chức báo chí công cụ phân tích, phân phối nội dung mới.

Đối với những nhà phê bình, người quan sát trên thế giới, những biện pháp như vậy là không đủ. Họ cho rằng, các tập đoàn truyền thông xã hội cần được coi là tổ chức tin tức và chịu trách nhiệm biên tập với nội dung được xuất bản thông qua nền tảng của họ. Đối với những nhà báo truyền hình, họ có quan điểm khác. Họ đồng tình với việc nền tảng cơ sở hạ tầng phải chịu trách nhiệm biên tập nhiều hơn đối với nội dung được chia sẻ tự động nhưng không thể và không nên được đánh đồng với tổ chức báo chí. Bởi làm vậy sẽ không công bằng đối với sự phụ thuộc lẫn nhau giữa cơ chế nền tảng, hoạt động của người dùng và các nhà sản xuất nội dung. Hơn nữa, sẽ là một sai lầm lớn, nếu giao cho các tập đoàn có rất ít chuyên môn biên tập chịu trách nhiệm hoàn toàn về nội dung mà hàng tỷ người dùng xem. Việc Facebook chặn bức ảnh khủng bố chiến tranh là một ví dụ.

Để nâng cao tính dân chủ của quy trình tin tức trong một xã hội nền tảng, các tác nhân chủ chốt khác nhau phải hợp tác trong việc quản lý tin tức thông qua các nền tảng. Sự minh bạch là yếu tố sống còn để thực hiện điều này, cụ thể: (1) Hướng dẫn về loại nội dung/chủ đề của truyền hình được phép xuất hiện trên nền tảng cơ sở hạ tầng; (2) Quy tắc kiểm tra tính xác thực của tin tức theo xu hướng/dòng chủ đề được quan tâm nhiều; (3) Sự phát triển tổng thể các thuật toán của nền tảng không nên trở thành hộp đen bí mật để tổ chức truyền hình có thể đánh giá chúng một cách dân chủ. Bước quan trọng đầu tiên, hướng tới một hệ sinh thái tin tức trực tuyến lành mạnh đó là các nền tảng nên công khai cách vận hành chính sách người dùng. Cụ thể hơn, nó hoạt động trên nguyên tắc nào. Sau đó, tiêu chí chọn lựa nội dung truyền hình của nền tảng cơ sở hạ tầng phải tuân theo cơ chế quản lý dân chủ để cho phép thực hiện việc đưa tin công bằng, toàn diện, bảo đảm tính độc lập của truyền hình. Ví dụ, người ta có thể nghĩ đến một hội đồng gồm: đại diện của tổ chức truyền hình, nhà quảng cáo và người dùng cá nhân cùng nhau đặt ra tiêu chuẩn của bộ lọc và kinh doanh từ nội dung tin tức của truyền hình.

3. Chiến lược cộng sinh của truyền hình đa nền tảng và bài toán kinh tế

3.1. Chiến lược lưu trữ nối mạng và bài toán kinh tế

- Bối cảnh

Trước đây, truyền hình hoạt động như một thị trường hai mặt: kết nối khán giả với nhà quảng cáo và ngược lại. Nó độc quyền tiếp cận khán giả một cách hiệu quả và thống lĩnh thị trường quảng cáo. Ngày nay, phần lớn các nền tảng trực tuyến đã đảm nhận vị trí này và hoạt động như các thị trường đa diện. Tức là, nó hoàn toàn có thể kết nối khán giả, nhà quảng cáo và nhà sản xuất nội dung - truyền hình hoặc bên thứ ba. Do hiệu ứng mạng mạnh mẽ của nền tảng cơ sở hạ tầng, đặc biệt là Google và Facebook, thu hút hàng tỷ người dùng nên chúng trở nên hấp dẫn với nhà quảng cáo hơn bao giờ hết.

Mặc dù, ngay từ đầu, nội dung của truyền hình đã được lưu hành trong hệ sinh thái nền tảng nhưng trong những năm gần đây, các nền tảng đã thu hút tổ chức truyền hình lấn sâu hơn vào thị trường đa diện của họ thông qua chương trình lưu trữ gốc. Ở chương trình này, truyền hình chuyển giao nội dung của mình cho các nền tảng cơ sở hạ tầng cốt lõi - nơi nội dung đó có thể được tiêu thụ, mua và kết nối với các quảng cáo. Bài viết/video tức thời của Facebook, Apple News, trang Google AMP, Twitter Moments và Snapchat Discover là những minh chứng điển hình. Chúng ta cùng xem xét trường hợp của Facebook, ra mắt vào tháng 5/2015, bài viết/video tức thời cho phép các tổ chức truyền hình "phân phối những bài viết có tính tương tác nhanh tới khán giả trong ứng dụng di động Facebook và Messenger"[1].

---

1. Xem Bell, Emily và Owen, T.: "The platform press. How Silicon Valley reengineered journalism", *New York: Columbia Journalism School,* 2017.

Nền tảng này hứa hẹn với các nhà xuất bản rằng, thời gian tải nhanh hơn gấp 10 lần so với các bài viết/video trên web di động tiêu chuẩn. Nhất là khi mỗi ngày khán giả/người dùng online có xu hướng tiêu thụ tin tức đa phương tiện thông qua các thiết bị di động có kết nối internet bị chậm. Và chiến lược lưu trữ gốc trên nền tảng cơ sở hạ tầng được coi là giải pháp tối ưu hoá cho những trải nghiệm xem tivi di động của khán giả. Rõ ràng, đây là một đề xuất hấp dẫn. Giống như hầu hết các chương trình lưu trữ gốc khác, bài viết/video tức thời cho phép truyền hình mở rộng chiến dịch quảng cáo, bán hàng trực tiếp, bán những vị trí quảng cáo chưa được thực hiện thông qua mạng lưới quảng cáo của Facebook và phải khấu trừ lại cho Facebook khoảng "20 - 30% doanh thu"[1].

Có thể thấy, nhà khai thác dịch vụ cơ sở hạ tầng, dịch vụ lưu trữ gốc được rất nhiều lợi ích từ chiến lược lưu trữ gốc này. Nó giữ chặt chân người dùng trên nền tảng của mình, cho phép Big Five thu thập, kiểm soát dữ liệu của họ và thúc đẩy sự phát triển mạng quảng cáo của riêng nó. Đối với truyền hình, nó làm suy yếu sự kiểm soát của họ với mối quan hệ giữa khán giả, nội dung tin tức và quảng cáo. Để hiểu cơ chế hàng hoá này định hình quy trình tin tức của truyền hình trong hệ sinh thái thì cần

---

1. Xem Facebook: "Signal". 2017. https://www.facebook.com/facebookmedia/get-starred/signal.

tìm hiểu xem cách nó kiếm tiền từ nội dung của mình như thế nào trên các nền tảng cơ sở hạ tầng.

- Chiến lược lưu trữ nối mạng

Chiến lược này đề cập đến việc lưu hành các liên kết nội dung, tiêu đề và đoạn trích của thành phẩm truyền hình thông qua các nền tảng trực tuyến để hướng khán giả đến trang web của tổ chức truyền hình - nơi họ được chủ động hoạt động kinh tế và kêu gọi khán giả/người dùng online đăng ký tài khoản.

Cho đến thời điểm hiện tại, các tổ chức truyền hình chủ yếu vẫn theo đuổi chiến lược lưu trữ nối mạng để cố gắng thu hút khán giả/người dùng online đến trang web/nền tảng của mình. Ngay từ đầu, HuffPost, BuzzFeed và các nhà xuất bản kỹ thuật số trên thế giới đã triển khai cách tiếp cận chiến lược này một cách có hệ thống. Đài Truyền hình Việt Nam/VTV và một số đài địa phương ở Việt Nam, dù muộn hơn, nhưng cũng sử dụng chiến lược này như một giải pháp tình thế trong bối cảnh các nền tảng lên ngôi. Họ xây dựng trên công cụ tìm kiếm và dữ liệu truyền thông xã hội với mục đích thu hút lưu lượng truy cập của công chúng.

Để bắt kịp xu hướng, họ đã cố gắng thực hiện việc tương tác và thành lập các nhóm tương tác với khán giả để dữ liệu hoá hoạt động của truyền hình một cách có hệ thống. Tuy nhiên, dù tổ chức truyền hình cố gắng nỗ lực như vậy song kết quả không được như kỳ vọng. Chiến lược này có thể đem lại một lượng đáng kể khán giả online nhưng gần như không mang lại lợi nhuận đặc biệt cho truyền hình. Quảng cáo của truyền hình được phân phối qua mọi nền tảng/mọi trang web nhằm thu hút người dùng nên chi phí quảng cáo đã giảm dần. Hơn nữa, truyền hình chỉ biết được công chúng của mình là ai khi đăng ký tài khoản và sử dụng các nền tảng truyền thông xã hội. Do đó, ở thị trường đa diện, nền tảng là người chủ động và đặt ra luật chơi. Không chỉ các tổ chức truyền hình trên thế giới mà các đài truyền hình ở Việt Nam cũng đều nhận ra sự không hiệu quả này. Mối quan hệ trực tuyến giữa nội dung của truyền hình, khán giả và nhà quảng cáo tạo ra ít doanh thu hơn rất nhiều so với truyền hình truyền thống.

3.2. Chiến lược lưu trữ gốc và bài toán kinh tế

Ngoài ra, truyền hình có thể theo đuổi chiến lược lưu trữ gốc. Nó đề cập đến việc tổ chức truyền hình lưu trữ nội dung của mình trên các nền tảng cơ sở hạ tầng - nơi nội dung được kết nối với quảng cáo. Tuy nhiên, việc theo đuổi chiến lược lưu trữ gốc độc quyền sẽ biến các tổ chức truyền hình thành đơn vị được thuê để sản xuất nội dung cho nền tảng và nền tảng là người chủ động phân phối, kiếm tiền. Sự kết hợp giữa các chiến lược mà truyền hình áp dụng sẽ kèm theo những hậu quả sâu rộng đối với việc phân bổ quyền lực kinh tế giữa truyền hình và nền tảng, giữa việc thực hiện tính độc lập của truyền hình và việc đưa tin công bằng, toàn diện.

Thực tế ở mỗi quốc gia, vùng miền, các tổ chức truyền hình, thậm chí các đơn vị trong một tổ chức truyền hình có mức độ áp dụng các chiến lược này khác nhau. Ví dụ: HuffPost, BuzzFeed[1] và Washington Post - được Jeff Bezos của Amazon mua lại vào năm 2013 - đăng một phần lớn nội dung của họ thông qua các chương trình gốc, trong khi New York Times và Wall Street Journal chỉ chọn làm như vậy với một phần nhỏ nội dung của mình. Trên thực tế sau một vài thử nghiệm, New York Times cùng với Guardian đã rút khỏi Instant Articles của Facebook khi báo cáo doanh thu thấp kỷ lục từ việc lưu trữ gốc trên nền tảng.

Tất nhiên, khi phân tích về chiến lược lưu trữ gốc, chúng ta không nên chỉ tập trung vào doanh thu. Nhìn một cách công bằng, nó khiến chúng ta đặt ra nghi vấn: Mối quan hệ giữa tổ chức truyền hình và khán giả sẽ ở chỗ nào? Ai là người sở hữu mối quan hệ và dữ liệu người dùng/khán giả online? Ai tổ chức cách thức đưa tin/hiển thị nội dung của truyền hình cho họ? Câu trả lời, không thể nào khác đó là nền tảng của Big Five.

---

1. Xem Jose Van Dijck, Thomas Poell, Martijn de Waal: *The Platform Society: Public values in a connective world*, Oxford University Press, 2018, p.60-62.

Facebook, Apple và Google có quyền truy cập trực tiếp vào dữ liệu cá nhân người dùng bản địa và trên mạng. Trong khi, các đài truyền hình chỉ có quyền truy cập gián tiếp và thường chỉ được một phần. Do vậy, truyền hình phải lấy nó từ các dịch vụ dữ liệu của bên thứ ba hoặc của chính Big Five. Hơn nữa, khán giả bản địa và trên mạng chủ yếu nên được coi là người dùng nền tảng hơn là khán giả truyền hình. Digital Content Next, một hiệp hội thương mại dành cho các nhà xuất bản cao cấp nhận thấy rằng, "43% người dùng không biết đến các nhà xuất bản của những câu chuyện tin tức mà họ gặp trên nền tảng"[1]. Điểm đáng chú ý, nhiều người dùng, đặc biệt là người dùng của Facebook, không tích cực tìm kiếm tin tức mà chỉ vô tình nhìn thấy. Và nếu người dùng chủ yếu truy cập đường link nội dung hoặc nội dung được lưu trên nền tảng thì các đài truyền hình sẽ mất quyền kiểm soát tin tức. Truyền hình không thể bảo đảm rằng, khán giả/người dùng online sẽ nhận được tin tức công bằng, toàn diện - điều cần thiết cho một xã hội thông tin. Loại tin tức mà người dùng/khán giả online có thể xem được quyết định thông qua sự tương tác giữa nền tảng, tổ chức truyền hình và công chúng.

---

1. Xem Mathias Felipe de Lima Santos, Wilson Ceron: "Artificial Intelligence in News Media: Current Perceptions and Future Outlook", *Tạp chí Journalism and Media*, Tập 3, 13-26, 2022, p.05. Truy cập ngày 29/11/2022. https://doi.org/10.3390/journalmedia3010002.

Do đó, hầu hết các tổ chức truyền hình áp dụng một cách tiếp cận mới lưu trữ hỗn hợp trên các nền tảng, đồng thời kết nối nội dung bằng cách đăng liên kết trên các nền tảng cơ sở hạ tầng. Việc tìm kiếm thêm doanh thu từ các chiến lược lưu trữ đã thúc đẩy truyền hình không chỉ phát triển các chiến lược phân phối mới, mà còn sáng tạo ra các chiến thuật quảng cáo mới. Hay nói đúng hơn, truyền hình làm sống lại một hình thức quảng cáo cũ, quảng cáo và gắn nhãn "nội dung có thương hiệu".

3.3. Cân đối các chiến lược quảng cáo

"Quảng cáo gốc là một loại phương tiện trả phí trong đó trải nghiệm quảng cáo tuân theo hình thức và chức năng tự nhiên của trải nghiệm người dùng mà nó được đặt hàng"[1]. Hình thức này cho phép truyền hình chèn trực tiếp quảng cáo vào nguồn cấp dữ liệu truyền thông xã hội, biến quảng cáo thành nội dung được chia sẻ và sử dụng dưới dạng nội dung. Mặc dù mang lại doanh thu tốt song quảng cáo gốc đặt ra nghi vấn, liệu truyền hình có bị thương mại hoá hay không? Việc chèn/lưu trữ/tạo nội dung theo đặt hàng của nhà quảng cáo sẽ phát sinh mâu thuẫn với giá trị cốt lõi của truyền hình; và lợi ích thương

---

1. Xem Sharethrough: "Native Advertising Insights", Sharethrough, Accessed, January 15, 2015, p.06. https://www.sharethrough.com/nativeadvertising/.

mại trực tiếp định hình việc tổ chức sản xuất, phân phối nội dung. Có thể khái quát như sau:

		Nền tảng cơ sở hạ tầng	Truyền hình
1	Việc sản xuất nội dung tin tức và nội dung có thương hiệu/quảng cáo	Riêng biệt	Gộp lại
2	Xu hướng trải nghiệm và chia sẻ nội dung có thương hiệu/quảng cáo	Có	Không
3	Lợi ích thương mại trực tiếp định hình việc tổ chức sản xuất và phân phối nội dung	Không	Có

Năm 2016, một cuộc khảo sát của Contently phối hợp với Trung tâm Tow-Knight chỉ ra rằng, phần lớn người dùng internet đều không nhận ra quảng cáo gốc là quảng cáo. Đây là một vấn đề lớn đối với truyền thông báo chí nói chung, truyền hình nói riêng khi nội dung mỗi ngày một tăng và bị thương mại hoá. Điều này đồng nghĩa với việc, không gian dành cho báo chí độc lập, toàn diện, đa dạng, phong phú, nhiều chiều, khách quan, chân thật,... sẽ ít hơn.

Nhận thức rõ mối đe doạ do nền tảng hoá gây ra, các tổ chức báo chí, truyền hình trên thế giới đã bắt đầu tập trung vào những chiến lược hàng hoá độc lập với nền tầng và quảng cáo. Nó dẫn đến một nỗ lực mới: tăng lượng đăng ký trực tuyến. Các thành phần thiết yếu của nỗ lực này là tường phí "cứng" và "có đồng hồ đo"[1]. Kinh nghiệm của các quốc gia trên thế giới cho thấy, ở biến thể tường phí "cứng", khán giả được truy cập một số nội dung miễn phí nhưng phải trả tiền khi truy cập nội dung cao cấp. Ở tường phí "có đồng hồ đo", khán giả được phép truy cập miễn phí một lượng nhỏ nội dung trong tổng thể của một tác phẩm. Nếu muốn truy cập đầy đủ, họ phải trả phí truy cập cho một tác phẩm đó hoặc đăng ký mua trọn gói với tờ báo/tổ chức truyền hình. New York Times, Wall Street Journal và Washington Post là những tổ chức đã rất thành công trong việc xây dựng, phát triển tường phí "cứng" và "có đồng hồ đo". Lợi ích quan trọng của việc phát triển tường phí này là trực tiếp củng cố, xây dựng mối quan hệ giữa cơ quan báo chí, truyền hình với khán giả trực tuyến; trả lại quyền kiểm soát dữ liệu, trình bày nội dung cho tổ chức báo chí, truyền hình; khai thác hiệu quả hoạt động kinh tế. Hay nói cách khác, chiến lược đăng ký tường phí trực tuyến cho phép các tổ chức tin tức, truyền hình "tái hợp" nội dung, khán giả, quảng cáo

---

1. Xem Newman, N., và D. Levy: *Reuters Institute Digital News Report 2014: Tracking the Future of News*, Oxford: Reuters Institute for the Study of Journalism, 2014. http://reutersinstitute.politics.ox.ac.uk/sites/default/files/research/files/Reuters%2520Institute%2520Digital%2520News%2520Report%25202014.pdf.

và trở nên độc lập hơn với các cơ chế của nền tảng. Song, cần lưu ý rằng, chiến lược này có tính ứng dụng cao với các tổ chức tin tức đã có danh tiếng (ví dụ: New York Times, Wall Street Journal,...) và nó chỉ phù hợp với các quốc gia có thể chế chính trị giống như Mỹ.

Vậy là, dưới áp lực tìm kiếm nguồn doanh thu mới, các tổ chức tin tức, truyền hình đã xây dựng nhiều chiến lược kinh tế để phù hợp với hệ sinh thái nền tảng. Quan trọng hơn cả, những chiến lược ấy vẫn bảo đảm được sự tự chủ, các giá trị cốt lõi và việc đưa tin toàn diện của báo chí nói chung, truyền hình nói riêng trong hoàn cảnh mới. Tuy nhiên, cũng cần thẳng thắn thừa nhận, chiến lược ấy khó có thể phù hợp với mọi cơ quan báo chí, truyền hình.

Tại Việt Nam, các đài truyền hình đã có sự kế thừa và tham khảo kinh nghiệm của các tổ chức báo chí, truyền hình trên thế giới để vận dụng linh hoạt. Họ chủ động thích ứng với xu hướng mới này bằng nhiều bước đi phù hợp, nhằm cộng sinh với các nền tảng cơ sở hạ tầng. Biểu hiện nổi bật nhất trong những bước đi ấy là thiết kế một nền tảng riêng của tổ chức mình để tối ưu hoá các chiến lược nội dung, chiến lược lưu trữ, chiến lược quảng cáo,... và giành lại vị thế, bảo đảm tính độc lập, đưa tin công bằng. Nói một cách dễ hiểu, các đài truyền hình ở Việt Nam đang nỗ lực để giảm tối đa sự lệ thuộc vào các nền tảng của Big Five.

Tuy nhiên, như đã trình bày ở trên, hệ sinh thái nền tảng có thể cho phép mọi cá nhân/tổ chức tham gia nhưng khó có thể cạnh tranh và thâm nhập vào cốt lõi của hệ sinh thái. Chưa bàn đến việc thâm nhập, chỉ cần nền tảng riêng của tổ chức truyền hình hoàn thiện để hoạt động như một chủ thể tự trị trong hệ sinh thái đã là cả một vấn đề phải bàn luận. Vì thế, dựa trên việc phân tích nội dung, khảo sát đội ngũ nhà báo của Đài Truyền hình Việt Nam, tham khảo chiến lược phát triển nền tảng kinh tế của David S. Evans, Richard Schmalensee, Geoffrey G. Parker, Marshall,..., có thể đưa ra một vài định hướng phát triển cho nền tảng riêng của các đài truyền hình.

II. MỘT SỐ GIẢI PHÁP NHẰM THÚC ĐẨY PHÁT TRIỂN XU HƯỚNG TRUYỀN HÌNH ĐA NỀN TẢNG Ở VIỆT NAM TRONG THỜI GIAN TỚI

1. Về phát triển nền tảng riêng của truyền hình

1.1. Xây dựng những hiệu ứng cơ bản cho nền tảng

Đây là giai đoạn đầu tiên để lên ý tưởng thiết kế một nền tảng riêng cho đài truyền hình của mình. Hãy nghĩ đến và tìm hiểu kỹ lưỡng cấu tạo, nguyên tắc, cơ chế hoạt động,... của các nền tảng truyền thông xã hội (Big Five). Tiếp theo, xác định cơ quan mình thuộc thị phần nào, vùng địa lý nào, ý thức hệ văn hoá nào, thể chế chính trị nào, đối tượng phục vụ của mình là ai,... Trên căn cứ xác định đó, tìm mọi cách - chủ yếu bằng nội dung tin tức, thu hút một lượng khán giả đích và nhà quảng cáo ở các chiều của thị trường. Thông thường, việc xây dựng các hiệu ứng sẽ được tiến hành bằng ba hoạt động sau đây:

- Hiệu ứng của sự lan toả

Người quản trị nền tảng ưu tiên cho việc xây dựng kế hoạch tạo giá trị cốt lõi cho tin tức truyền hình nhằm thu hút một hoặc nhiều nhóm người dùng. Nghĩa là cho họ thấy được khi tham gia/đăng ký sử dụng nền tảng (apps), họ được những giá trị gì cả về mặt cảm xúc lẫn lý tính. Và từ những khán giả đầu tiên được đáp ứng nhu cầu thông tin và trải nghiệm xem truyền hình, họ sẽ lan toả, thu hút người dùng mới tham gia nền tảng. Việc này diễn ra thường xuyên và lặp lại sẽ tạo ra hiệu ứng của sự lan toả trên không gian mạng. Đài Truyền hình Việt Nam áp dụng chiến lược này bằng cách "hài hước hoá" bản tin và phân phối trên VTVgo để thu hút khán giả. Và rồi chính những độc giả đó sẽ bình luận/đóng góp, bày tỏ cảm xúc, chia sẻ đường link của sản phẩm truyền hình dẫn đến việc hình thành một mạng lưới cộng hưởng. Chẳng hạn, chuyên mục Điểm tuần của bản tin *Chuyển động 24h*, với các tiêu điểm như: *Rủi ro rình rập từ dịch vụ "nhanh - tiện - rẻ"; Vaccine Covid-19 Việt Nam; Hieupc... - "Của nhà trồng được" có thường thường bậc trung?; Những chiếc "mặt nạ" lộ nguyên hình hoặc bị chụp lên trong mùa lũ; Đố ai đoán được chữ "Ngờ"; "Bội thực" hoa hậu;...* nhận được sự quan tâm của một lượng lớn công chúng.

- Hiệu ứng của người dùng

Khi sự cộng hưởng, lan toả ngày càng lớn sẽ dẫn đến hiệu ứng của người dùng. Nói một cách đơn giản, một nền tảng sẽ "cứng cáp" hơn khi đạt số lượng người dùng. Nó tiếp tục thu hút người dùng mới. Song quan trọng hơn, nó giúp nhà quảng cáo thấy được sức hấp dẫn khi tham gia nền tảng của nhà đài. Vòng lặp phản hồi tích cực (ở hiệu ứng 1) được nhân lên nhanh chóng và mạnh mẽ. Đến đây, thị trường gồm ba yếu tố được hình thành: khán giả, truyền hình, nhà quảng cáo. Trường hợp của CNN, BuzzFeed,... là một ví dụ. Với trường hợp VTVgo, ban đầu số lượng người dùng rất khiêm tốn. Hiện, VTVgo có khoảng 8 triệu người dùng thường xuyên.

- Hiệu ứng của mạng lưới

Số lượng người dùng nền tảng của các tổ chức truyền hình càng lớn sẽ tỷ lệ thuận với hiệu ứng của toàn bộ mạng lưới. Lúc này, các nhà đài cần khuyến khích nhiều hoạt động tương tác trên nền tảng của mình, từ đó sẽ thu hút được đồng thời lượng lớn người dùng, nhà quảng cáo. Vì thế, hiệu ứng của mạng lưới phát huy tác dụng. Đây cũng là lý do giải thích vì sao, các nhà báo truyền hình tận dụng tối đa nhiều tác vụ thẻ, bình luận, tương tác, bày tỏ cảm xúc, bổ sung thông tin, kêu gọi khán giả like/share/đăng ký kênh, định dạng hình thức video, viết tiêu đề/dòng mô tả một cách hài hước/châm biếm,... trên các nền tảng.

Ba hoạt động trên, có thể được tiến hành một cách độc lập hoặc song song, tuỳ vào hoàn cảnh của từng đơn vị truyền hình. Đây là bước dựng móng cơ bản nhưng rất quan trọng để xây dựng nền tảng của riêng tổ chức truyền hình; từ đó, tạo tiền đề cho hoạt động cộng sinh với các nền tảng cơ sở hạ tầng, vững vàng tham gia vào hệ sinh thái.

1.2. Xây dựng chiến lược cộng sinh cho nền tảng

Chiến lược này nhấn mạnh đến việc, nền tảng mới xây dựng của cơ quan truyền hình được kết nối với cơ sở dữ liệu người dùng đã có sẵn ở những nền tảng cơ sở hạ tầng. Đây là lúc bắt đầu quá trình tạo ra các giá trị để thu hút người dùng tham gia vào nền tảng của truyền hình. Nhiều nền tảng của các đơn vị trên thế giới áp dụng chiến lược đã thành công và nó có thể coi là một chiến lược kinh điển. YouTube dựa vào làn sóng phát triển của Myspace bằng cách cung cấp cho những thành viên ban nhạc độc lập của mạng xã hội những công cụ video rất mạnh là một ví dụ điển hình cho chiến lược cộng sinh. Một khi YouTube có được hàng triệu thành viên từ Myspace, nó sẽ đạt tới một ngưỡng nhất định để phát triển theo hướng lan truyền (viral). Đến năm 2006, YouTube phát triển nhanh hơn và bỏ Myspace ở một khoảng cách rất xa.

Ở Việt Nam, hầu như nền tảng của các đài truyền hình đều dựa vào dịch vụ nhận dạng/đăng nhập và một phần dữ liệu người dùng của Facebook, YouTube để áp dụng chiến lược. Do vậy, để vừa phát triển nền tảng của mình, vừa dựa vào nền tảng cơ sở hạ tầng, truyền hình nên có một chiến lược cộng sinh sáng tạo, cụ thể:

Một là, áp dụng chiến lược *lưu trữ hỗn hợp* trên các nền tảng cơ sở hạ tầng. Toàn bộ nội dung của truyền hình được lưu trữ trên nền tảng ngành của cơ quan truyền hình; chỉ lưu trữ một phần nhỏ trên các nền tảng bên ngoài và đính kèm đường link đến nền tảng của cơ quan truyền hình. Đây là xu hướng phát triển tất yếu khi truyền hình cộng sinh với các nền tảng.

Hai là, chọn lựa và sản xuất những nội dung mang tính địa phương để phân phối trên các nền tảng cơ sở hạ tầng; phân phối toàn bộ nội dung sản xuất trên nền tảng của riêng truyền hình. Như đã đề cập đến ở Chương II, nền tảng ngành và nền tảng cơ sở hạ tầng đều có những điểm mạnh và điểm chưa mạnh khác nhau. Facebook và YouTube có thể tiếp cận được công chúng trên toàn thế giới nhưng chưa tiếp cận được các hoạt động offline kết nối cộng đồng và đáp ứng nhu cầu nội dung tại mỗi quốc gia, mỗi địa phương. Vì thế, hoạt động này mang lại lợi ích kép: *thứ nhất,* hạn chế được sức mạnh của các nền tảng của Big Five; *thứ hai,* thu hút được công chúng/người dùng.

Ở thời điểm hiện tại, các siêu nền tảng đã bắt đầu chú trọng đến việc kiến tạo thông tin sau khi kiểm soát khâu sản xuất và phân phối. Có thể kể đến việc YouTube đã hỗ trợ cho cộng đồng các nhà sáng tạo video; Netflix tự tiến hành sản xuất phim và phân phối trên nền tảng riêng của mình,... Trong tương lai gần, họ hoàn toàn có thể thuê tổ chức/cá nhân bản địa sản xuất nội dung trên chính vùng địa lý mà họ sinh sống, cư trú. Nhưng nó cũng mở ra một cơ hội lớn để truyền hình cung cấp nội dung chuyên nghiệp, bảo đảm giá trị, vị thế của nó trong hệ sinh thái nền tảng.

Ba là, tận dụng thế mạnh riêng của từng nền tảng để kéo dài thời gian tồn tại cho các sản phẩm của mình trên các nền tảng (nền tảng riêng và nền tảng của Big Five). Ví dụ: với Facebook, tạo Facebook Reels, Faccbook Watch, gắn Hashtag từ khoá,...; với YouTube, tạo YouTube Short, tác vụ Card/End Screen, YouTube Time Labels, Thumbnail,... Bản chất của những hành vi/tác vụ này là cung cấp dữ liệu cho nền tảng hoạt động. Từ đó, bằng cơ chế và thuật toán, nền tảng tự động làm nổi bật và thu hút người dùng cho thành phẩm truyền hình. Càng nhiều người dùng/khán giả biết đến video thì thời gian tồn tại của nó trên nền tảng càng lâu. Từ đây, hoạt động xây dựng thương hiệu của tổ chức truyền hình trên không gian mạng phát triển, góp phần củng cố hoạt động kinh tế truyền hình; đồng thời, nền tảng riêng của nhà đài được hoàn thiện và nhiều người biết đến.

Bốn là, sản xuất theo nhu cầu của khán giả và quan tâm đến phản ứng của họ với thành phẩm của truyền hình trên các nền tảng. Hoạt động này vừa giúp truyền hình có những định hướng tốt hơn trong tổ chức sản xuất nội dung, vừa có những sản phẩm gần nhất với nhu cầu của công chúng. Từ đó, truyền hình xây dựng cộng đồng khán giả online, hướng họ đến với nền tảng riêng của nhà đài. Chẳng hạn, nếu truyền hình truyền thống phát sóng một tác phẩm sau khi được thẩm định kỹ lưỡng thì ngày nay, nhà đài sẽ đăng trailer hoặc clip giới thiệu tác phẩm trên các nền tảng để trao đổi, tương tác với độc giả. Sau đó, nhà đài hoàn thiện tác phẩm dựa vào những thông tin kiến tạo có giá trị, phát sóng và tiếp tục đăng trên các nền tảng.

Ngoài ra, vấn đề nổi cộm thời gian gần đây là xác định tính chân thực của thông tin. Nền tảng sử dụng và phát triển nội dung mở từ cộng đồng nên việc xác minh thông tin rất khó khăn - đây là điểm yếu cơ bản nhất. Ngược lại, thế mạnh của nhà đài là thông tin chân thực và phải chịu trách nhiệm 100% những gì đăng tải. Tận dụng thế mạnh này, truyền hình hoàn toàn có thể gây dựng niềm tin và xây dựng cộng đồng khán giả trên chính các nền tảng của Big Five và nền tảng của riêng mình.

1.3. Xây dựng chiến lược cộng hưởng cho nền tảng

Để nền tảng ngành có vị trí và chỗ đứng trong hệ sinh thái, truyền hình nên sử dụng thêm các hoạt động, việc làm sau đây để tận dụng tối đa các nguồn lực và tạo sự cộng hưởng.

- Tận dụng uy tín cá nhân của người nổi tiếng

Truyền hình nên tặng những ưu đãi cho một nhóm người dùng nổi tiếng ở mọi lĩnh vực tham gia nền tảng của mình. Ưu đãi đó có thể là mời và quảng bá những giá trị họ tạo được cho xã hội, hoặc trả phí,... Bằng uy tín cá nhân và sự nổi tiếng, nhóm người dùng này cũng sẽ mời khán giả tham gia và trải nghiệm nền tảng riêng của truyền hình cùng họ. Chương trình "*Lướt trên VTVgo*" của Đài Truyền hình Việt Nam là một dạng tồn tại của hoạt động này.

- Marketing

Hãy dùng một hoặc nhiều chiến lược truyền thông marketing để thu hút một lượng lớn khán giả/người dùng online tham gia vào nền tảng của truyền hình. Nó sẽ có ích với hiệu ứng người dùng và hiệu ứng mạng lưới gần như được hoàn chỉnh ngay lập tức. Tuy nhiên, trong một thị trường đa diện, cạnh tranh khốc liệt như ngày nay, chiến dịch marketing khó đem lại hiệu quả ở cả quy mô lẫn tốc độ và các nhà đài cần tự xây dựng chiến lược riêng, phù hợp.

- Thị trường vi mô

Tập trung vào một thị trường nhỏ nơi đã có sẵn các thành viên tham gia tương tác là cách hiểu đơn giản nhất của chiến lược này. Nó cho phép nền tảng của các đài truyền hình cung cấp và kích hoạt những tính năng tương tác hiệu quả ở cả thị trường nhỏ, lớn khác nhau hoặc ngay khi đang trong giai đoạn phát triển. Một số nền tảng của nhà đài ở Việt Nam ban đầu tập trung vào đối tượng mục tiêu là khán giả trẻ để phát triển và kích hoạt. Sau đó, mở rộng thêm đối tượng là những người yêu thích công nghệ. Song, việc tập trung vào một không gian địa lý không phải là cách duy nhất để xác định một thị trường vi mô. Nhà đài hoàn toàn có thể sử dụng những chủ đề thời sự nóng được công chúng quan tâm để làm việc này nhờ tính năng tương tác trên các nền tảng. Nói cách khác, phải cố gắng gây sự chú ý bằng nội dung chuyên nghiệp, hấp dẫn và khuyến khích khán giả tương tác trên nền tảng của mình.

- Một phía của thị trường

Tổ chức truyền hình cung cấp những nội dung chuyên sâu cho một nhóm người dùng trên nền tảng của mình, sau đó tìm cách thu hút nhóm người dùng thứ hai, thậm chí nhóm người dùng thứ ba muốn tương tác với nhóm người dùng đầu tiên. Chẳng hạn, chương trình *"Sống khoẻ mỗi ngày"* của Đài Truyền hình Việt Nam cung cấp những thông tin hữu ích cho những người trung và cao tuổi (đối tượng 1). Sau một thời gian phát sóng, nó nhận được sự quan tâm của những chuyên gia, những bác sĩ có nhu cầu chia sẻ kiến thức, tri thức ở lĩnh vực mình nghiên cứu (đối tượng 2). Đồng thời, các doanh nghiệp ngành dược, doanh nghiệp cung cấp dịch vụ cho phân khúc thị trường này cũng quan tâm và có nhu cầu bán sản phẩm (đối tượng 3). Và như thế, các hiệu ứng của nền tảng ngành đồng thời được kích hoạt giúp truyền hình vừa có thể phát triển nền tảng, vừa củng cố được mối quan hệ giữa khán giả, truyền hình, nhà quảng cáo.

Đến đây, hoàn toàn có thể nhận định: nền tảng của truyền hình ra đời khi rào cản tương tác trực tiếp giữa khán giả, tổ chức truyền hình, nhà quảng cáo còn tồn tại. Các đài truyền hình tại Việt Nam nên nhận diện cơ hội này bằng việc tìm cách phá rào cản trên một cách tối ưu nhất. Bên cạnh đó, cũng cần thu hút một lượng tới hạn người dùng ở cả hai chiều sao cho thoả đáng để có thể tạo ra giá trị, tránh sụp đổ. Bảo đảm được điều đó, hiệu ứng mạng lưới gián tiếp thường sẽ giúp họ tạo ra sự phát triển bền vững.

Cũng như nền tảng cơ sở hạ tầng, nền tảng riêng của các nhà đài thường nằm trong một hệ sinh thái rộng hơn bao gồm: các tổ chức, doanh nghiệp, chính phủ, luật pháp và các thiết chế xã hội ở từng quốc gia. Khi thiết kế nền tảng riêng, cần bảo đảm nó có thể phối hợp tốt với mọi đối tượng. Và đôi khi, nó phải tự thay đổi chính nó để phù hợp với mọi đối tác phối hợp cùng. Sáu công nghệ chắp cánh cho sự phát triển và hoàn thiện nền tảng riêng của nhà đài gồm: con chip tối tân; mạng internet; mạng lưới toàn cầu (World Wide Web); truyền thông băng thông rộng; ngôn ngữ lập trình; hệ điều hành đám mây.

2. Về xu hướng truyền hình đa nền tảng

2.1. Về nội dung

Trước hết, các nhà đài cần sáng tạo sản phẩm số với nội dung đa dạng, khác biệt và gần gũi với các nhóm công chúng bị phân mảnh trên các nền tảng. Có nghĩa rằng, các đài truyền hình bắt buộc phải cung cấp nội dung sáng tạo, đa dạng, khác biệt và độc đáo nhất; hiểu khán giả và phục vụ tất cả các nhóm đối tượng khán giả; xây dựng mối quan hệ, mang lại trải nghiệm xem phù hợp với thị hiếu, đúng nhu cầu, sở thích (mọi lúc, mọi nơi, mọi thiết bị); đổi mới chất lượng các dịch vụ trực tuyến để tạo ra một nền tảng số được cá nhân hóa. Khi có nội dung cuốn hút và hấp dẫn, truyền hình đa nền tảng sẽ thu hút được đông đảo khán giả trên cả nền tảng riêng và bên ngoài của nhà đài.

Chuyên mục Điểm tuần của bản tin *"Chuyển động 24h"* phát sóng trưa thứ bảy hằng tuần, VTV Digital, Đài Truyền hình Việt Nam, là một ví dụ điển hình. Nội dung của chuyên mục là sự cân bằng giữa thời sự chính thống và ngôn ngữ của giới trẻ; kết hợp cách thể hiện nội dung sáng tạo, độc đáo. Nó nhận được rất nhiều sự quan tâm, mong đợi của khán giả, đặc biệt là những công chúng trẻ tuổi và những người yêu công nghệ. Hiệu ứng của chương trình được lan toả mạnh mẽ và ghi dấu ấn đậm nét trên các nền tảng truyền thông. Sau khi gây được sự chú ý trên các nền tảng số, công chúng quay về với truyền hình truyền thống để chờ đợi đến giờ phát sóng. Cách làm vậy đã chứng minh: Khi có nội dung đặc sắc, truyền hình hoàn toàn có thể kéo ngược khán giả (bao gồm cả những người rất ít xem truyền hình tuyến tính) ngồi trước màn hình đón đợi.

Nhà báo Lê Quang Minh, Tổng Giám đốc Truyền hình Quốc hội Việt Nam đã nói: "Chúng ta không thể lôi họ về thị trường truyền thống ngay lập tức nhưng có thể dần dần. Họ ở đâu thì mình ở đó để tăng độ phủ, độ nhận diện, cũng như phục vụ mục tiêu tuyên truyền thông tin tới mọi đối tượng khác giả".

Thứ hai, sau khi tập trung sáng tạo nội dung, các nhà đài nên đi theo hướng gắn mô hình sản xuất, truyền thông và kinh doanh đa nền tảng thành một chu trình để vận hành và khai thác trên mọi môi trường. Giống như cách mà phần trên đã định nghĩa về truyền hình đa nền tảng, mô hình này lấy nhà sản xuất/các đài truyền hình làm trung tâm, sử dụng hạ tầng mạng internet để truyền thông và kinh doanh các sản phẩm phái sinh. Điểm đáng lưu ý là mô hình này hoàn toàn khép kín nhưng hiệu quả, có thể tận dụng được nguồn lực của các sản phẩm truyền hình, sử dụng để truyền thông trên các hạ tầng truyền thống và hạ tầng số; đồng thời, phát triển các sản phẩm kinh doanh chuyên biệt cho từng hạ tầng. Bên cạnh đó, mô hình này hoàn toàn có thể định vị khán giả lõi, xây dựng và phát triển khán giả tương ứng với từng hạ tầng có sẵn. Chương trình *"Lướt trên VTVgo"* của kênh VTV3, Đài Truyền hình Việt Nam là một ví dụ.

Trên đây là hai gợi ý giải pháp để phát triển xu hướng truyền hình đa nền tảng trong bối cảnh công nghệ số. Công cuộc chuyển đổi số và ứng dụng công nghệ số vào sản xuất truyền hình đặt ra yêu cầu bắt buộc cho các sản phẩm của mọi tổ chức truyền hình. Nó cần được trau chuốt hơn, đánh trúng thị hiếu khán giả bằng giải pháp công nghệ; nâng cao trải nghiệm xem bằng hình ảnh sắc nét, âm thanh chân thực,... đồng thời để khán giả có thể tiếp cận ở trên nhiều nền tảng khác nhau một cách dễ dàng.

2.2. Một số khuyến nghị, đề xuất

- Một số khuyến nghị đối với các đài truyền hình

Đầu tiên, về nhiệm vụ chuyển đổi số trong quản lý, điều hành, tác nghiệp, cần liên thông hệ thống phần mềm quản lý điều hành tác nghiệp của các đài truyền hình với các hệ thống thuộc Chính phủ và các bộ, ngành, địa phương. Cụ thể: triển khai các dịch vụ kết nối liên thông, tích hợp các hệ thống thông tin/cơ sở dữ liệu quốc gia, chuẩn hóa chế độ thực hiện báo cáo, kết nối với hệ thống thông tin báo cáo quốc gia theo quy định tại Nghị định số 47/2020/NĐ-CP của Chính phủ về quản lý, kết nối và chia sẻ dữ liệu số của cơ quan nhà nước; kết nối liên thông, chia sẻ dữ liệu, văn bản, công việc giữa các hệ thống quản lý điều hành nội bộ; ứng dụng triệt để chữ ký số; triển khai hệ thống thông tin thống kê báo cáo.

Về nhiệm vụ chuyển đổi số trong sản xuất, phân phối nội dung, cần xây dựng và hoàn thiện hệ thống sản xuất, lưu trữ tư liệu và phân phối nội dung đa nền tảng được tối ưu hóa theo nhu cầu của từng đơn vị và bảo đảm tính đồng bộ, thống nhất toàn đơn vị nhà đài. Quản lý tài nguyên tập trung, quy trình công nghệ tự động, linh hoạt, liên kết giữa các bộ phận; quản lý thống nhất và trao đổi Meta Data thuận lợi. Triển khai hệ thống bảo vệ bản quyền, kiểm duyệt các sản phẩm nội dung của nhà đài cho cả âm thanh, hình ảnh, đồ họa, trên hạ tầng truyền thống, đặc biệt là trên hạ tầng số. Đẩy mạnh xây dựng, nâng cấp, hoàn thiện hệ thống thu thập, phân tích và khai thác dữ liệu khán giả; triệt để ứng dụng công nghệ để quản lý, vận hành nhằm tối ưu hóa quá trình sản xuất nội dung, bảo đảm tốc độ và hiệu quả xuất bản tin bài. Xây dựng mạng lưới tự động giám sát, đánh giá chất lượng nội dung, chỉ số về tương tác của khán giả, mức độ tác động và hiệu quả truyền thông, từ đó hướng tới các mô hình kiểm chứng thông tin, phát hiện lỗi sai tự động. Triển khai các mô hình tòa soạn hội tụ, tổ chức sản xuất, kinh doanh phù hợp với môi trường phân phối nội dung trên đa nền tảng và chuẩn hóa, triển khai các dịch vụ dùng chung tích hợp, chia sẻ dữ liệu giữa các đơn vị, phòng, ban nội bộ.

Để thực hiện được những nội dung nêu trêu, các nhà đài cần liên kết, liên doanh với các đơn vị công nghệ nhằm hoàn thiện các giải pháp phát triển truyền hình đa nền tảng. Hoạt động liên kết, liên doanh sẽ hỗ trợ nhà đài nhiều giải pháp phát triển như: trích xuất dữ liệu nhanh chóng nhờ tính năng Meta Data, không giới hạn số lượng Client truy cập đồng thời, phân quyền quản trị nhiều lớp, lưu trữ đồng thời cùng lúc nhiều Object (dữ liệu) lớn, giảm thiểu chi phí đầu tư, mở rộng và vận hành, dễ dàng phân phối nội dung số đến End Users,... Bên cạnh đó, các doanh nghiệp công nghệ sẽ giúp truyền hình đa nền tảng lưu trữ, khai thác và phân phối nội dung phát sóng hiệu quả với dịch vụ lưu trữ dữ liệu số tối ưu vStorage, dịch vụ hạ tầng số thông minh vServer, dịch vụ phân bố nội dung số vCDN,...

Về nhiệm vụ chuyển đổi số trong kinh doanh, cần thực hiện chuyển đổi số trong công tác quản trị kinh doanh đối với cả các hình thức kinh doanh truyền thống cũng như kinh doanh nội dung số; rà soát, sửa đổi hoặc đề xuất các cơ quan quản lý nhà nước sửa đổi, cập nhật các chính sách, quy định, quy trình thực hiện để phù hợp với các nền tảng quản lý kinh doanh mới, các nghiệp vụ mới trên cơ sở ứng dụng các thành quả của chuyển đổi số; triển khai các mô hình quảng cáo mới, hợp đồng dịch vụ; triệt để khai thác các lợi thế của công nghệ trong việc cạnh tranh, thu hút khách hàng cũng như trong quản lý, điều hành kinh doanh quảng cáo.

Nâng cao nhận thức về chuyển đổi số một cách sâu rộng trong các nhà đài, đưa chuyển đổi số trở thành thành phần cơ hữu trong mọi hoạt động của tổ chức. Phát triển cơ quan số tại các nhà đài theo hướng ứng dụng công nghệ số và xây dựng cơ sở dữ liệu cho mọi hoạt động nghiệp vụ, sử dụng dữ liệu số cho việc tự động hóa ra quyết định và hỗ trợ ra quyết định; xây dựng chiến lược phát triển nội dung số gắn với thực hiện các nhiệm vụ chính trị, mục tiêu tạo ra các giá trị tăng trưởng mới từ kinh tế số với 3 trụ cột gồm: nội dung, công nghệ và dữ liệu khán giả; tăng cường hiệu quả tuyên truyền, chất lượng các chương trình nội dung của các nhà đài trên đa nền tảng, giữ vững vai trò thông tin chủ đạo, định hướng dư luận và thực hiện tốt nhiệm vụ chính trị, tuyên truyền đường lối, chính sách của Đảng và Nhà nước.

- Một số khuyến nghị chung

Một là, hoàn thiện thể chế, hành lang pháp lý về chuyển đổi số đối với cơ quan báo chí và các cơ quan quản lý nhà nước như: Bộ Thông tin và Truyền thông và các cơ quan có liên quan theo hướng hiện đại, đồng bộ, hiệu lực, hiệu quả. Thực hiện rà soát, xây dựng, đề xuất sửa đổi, bổ sung các văn bản pháp luật về báo chí truyền thông và các văn bản có liên quan nhằm thúc đẩy, hỗ trợ quá trình chuyển đổi số của các cơ quan báo chí, vừa tổng thể, vừa toàn diện, vừa chi tiết, để tạo nền tảng và hành lang pháp lý thông thoáng cho sự phát triển của các cơ quan báo chí.

Hai là, chú trọng phát triển nguồn nhân lực báo chí truyền thông, trong đó có truyền hình, vừa "hồng" vừa "chuyên". Theo đó, các cơ sở giáo dục đại học chuyên ngành báo chí tập trung cập nhật kiến thức, kỹ năng tác nghiệp trong môi trường báo chí số, xã hội nền tảng, trong các chương trình đào tạo cho sinh viên hệ đại học, hệ sau đại học. Cần xây dựng kế hoạch, chiến lược đào tạo và đào tạo lại đối với nhà báo theo nhiều hình thức khác nhau và theo hướng tăng cường về mục tiêu, nội dung, chương trình đào tạo bám sát sự phát triển và xu hướng của truyền hình hiện đại, tập trung vào trang bị kiến thức và kỹ năng chuyên ngành, nâng cao tính chủ động và kỹ năng của nhà báo.

Ba là, cần sớm kiện toàn nền tảng truyền hình số quốc gia - VTVgo. Trong đó, tập trung xây dựng cơ sở hạ tầng truyền hình số quốc gia trên cơ sở phát huy mô hình tòa soạn hội tụ, chia sẻ và triển khai các dịch vụ, trên môi trường mạng internet. Cho phép các cơ quan truyền hình cùng tham gia, giao dịch, cung cấp dịch vụ theo hướng đơn giản, thuận tiện theo yêu cầu của các cơ quan truyền hình. Từ đó hình thành hệ sinh tái nền tảng số cho hệ thống các cơ quan truyền hình Việt Nam. Thông qua nền tảng truyền hình số quốc gia, cho phép kết nối các cơ quan truyền hình trung ương và địa phương để có thể phát triển, chia sẻ dữ liệu rộng khắp trên cơ sở tận dụng nguồn lực, dữ liệu của các đài truyền hình.

Bốn là, thực hiện hiệu quả hợp tác quốc tế trong lĩnh vực truyền hình. Các cơ quan truyền hình cần tăng cường hợp tác với các tổ chức truyền hình trong và ngoài nước, nhằm hướng tới việc chia sẻ tri thức, trao đổi kinh nghiệm và giao lưu để phát triển hoạt động chuyên môn phù hợp với tôn chỉ, mục đích, nhân văn, hiện đại; vừa tiếp cận với cái mới, vừa bảo đảm an toàn, an ninh và chủ quyền quốc gia. Cách mạng công nghiệp lần thứ tư - thời đại của internet kết nối vạn vật và trí tuệ nhân tạo - mở ra một thời đại mới cho các ngành công nghiệp, trong đó có truyền hình. Bên cạnh đó, sự thay đổi nhanh chóng của kỹ thuật và công nghệ, đặc biệt là sự ảnh hưởng của chuyển đổi số, cách sản xuất truyền hình đã hoàn toàn thay đổi so với môi trường truyền thống. Cụ thể, chuyển đổi số hướng tới việc xây dựng truyền hình phát triển theo hướng đa nền tảng, đa phương tiện, đa dịch vụ, đóng vai trò trụ cột trong định hướng thông tin, định hướng dư luận xã hội. Phát triển sản phẩm truyền hình số, thay đổi cách thức sản xuất nội dung số, truyền thông số, nâng cao chất lượng trải nghiệm xem truyền hình của khán giả. Chuyển đổi số mang lại xu hướng của sự hội tụ về công nghệ, xuất bản theo yêu cầu của người dùng/công chúng và các nền tảng truyền thông xã hội mới ra đời để đáp ứng những yêu cầu đó. Truyền hình Việt Nam đang có những bước đi đầu tiên để dịch chuyển sang một kỷ nguyên mới - kỷ nguyên truyền hình số và đa nền tảng.

Năm là, tích hợp các sản phẩm truyền hình đa nền tảng với các đối tác khác nhau, kể cả những nền tảng phi báo chí như: nền tảng mua sắm, ứng dụng ngân hàng, ứng dụng y tế,... Đặc biệt, ứng dụng triệt để dữ liệu lớn, trí tuệ nhân tạo trong tổ chức sản xuất và sáng tạo tác phẩm truyền hình, từ đó, khai thác triệt để nguồn tài nguyên để truyền hình đa nền tảng phát triển, nhất là khi thông tin của truyền hình tự tìm đến công chúng nhờ trí tuệ nhân tạo. Đồng thời, việc này cũng làm cho vấn đề cá nhân hoá và tuỳ biến để đáp ứng nhu cầu của từng đài truyền hình trở nên hiệu hữu. Chính yêu cầu cá nhân hoá giao diện, cá nhân hoá cách tiếp cận tin tức, cá nhân hoá nội dung tin tức, cá nhân hoá phương tiện/nền tảng hiển thị,... đã tạo sân chơi mới cho hệ thống đài truyền hình nước ta.

Sáu là, phát triển kinh tế truyền hình đa nền tảng theo hướng tự chủ của các đài truyền hình. Hoạt động kinh tế truyền hình cần bảo đảm phù hợp với pháp luật, tôn chỉ, mục đích của cơ quan truyền hình và bảo đảm nhiệm vụ chính trị. Cần có các giải pháp đồng bộ khi sản phẩm số của truyền hình tham gia vào thị trường như một loại hàng hoá đặc biệt. Đồng thời, có hành lang pháp lý để hoạt động quảng cáo của truyền hình đi vào thực chất, hiệu quả.

- Một số đề xuất sửa đổi Luật Báo chí năm 2016

Đối với quy định về cơ quan quản lý nhà nước về báo chí. Đề xuất sửa đổi, bổ sung Điều 18, Điều 31 Luật Báo chí theo hướng thu hồi giấy phép hoạt động khi cơ quan báo chí không bảo đảm các điều kiện theo quy định tại Điều 17, Điều 30 Luật Báo chí.

Đối với quy định về đối tượng, điều kiện thành lập; mô hình hoạt động, cơ cấu tổ chức, cơ chế kinh tế - tài chính của cơ quan báo chí. Cân nhắc, xem xét sửa đổi tên Luật Báo chí thành "Luật Báo chí truyền thông", mở rộng phạm vi điều chỉnh để bao quát các loại hình truyền thông hiện đại; làm rõ khái niệm, thúc đẩy phát triển tổ hợp báo chí - truyền thông, hệ sinh thái báo chí; khái niệm "chủ bút, chủ báo"...; điều chỉnh quy định về mô hình cơ quan báo chí, các loại hình báo chí, thông tin, truyền thông, từ đó bổ sung quy định quản lý phù hợp.

Bổ sung quy định quản lý các nội dung liên quan đến các loại hình hoạt động cung cấp nội dung thông tin trên trang thông tin điện tử, mạng xã hội quy định rõ điều kiện thành lập, hoạt động, vai trò, nhiệm vụ của trang tin điện tử tổng hợp; điều chỉnh quy định về hoạt động cung cấp nội dung phát thanh, truyền hình, cung cấp dịch vụ truyền dẫn phát sóng phát thanh, truyền hình phù hợp với thực tiễn và quản lý theo cách hiện đại, áp dụng công nghệ số.

Đối với các quy định về nội dung thông tin báo chí. Đề nghị sửa đổi, bổ sung Luật Báo chí theo hướng tạo ra hành lang pháp lý để xây dựng cơ chế, chính sách khuyến khích phát triển các nền tảng công nghệ số trong nước, phân phối nội dung thông tin báo chí; phát triển cơ quan truyền thông chủ lực đa phương tiện, tổ hợp báo chí - truyền thông, báo chí trên nền tảng số; xây dựng công cụ/nền tảng thu thập, xử lý dữ liệu, đánh giá, dự báo, phản ánh chất lượng báo chí, xây dựng chỉ số đánh giá truyền thông xã hội dựa trên tác động của các nội dung tin tức trên không gian mạng từ các báo nhằm bảo đảm tính khách quan, trung thực phục vụ công tác quản lý báo chí; xây dựng dữ liệu độc giả; tự động hoá quy trình sản xuất, biên tập nội dung; ứng dụng công nghệ để nâng cao chất lượng nội dung và cải thiện trải nghiệm của người dùng; phát triển các mô hình liên kết giữa báo chí với công ty công nghệ, nhà mạng viễn thông, doanh nghiệp quảng cáo, các nền tảng xuyên biên giới; chú trọng công tác đào tạo nguồn nhân lực, hợp tác quốc tế để đẩy mạnh chuyển đổi số.

Bên cạnh việc sửa đổi, bổ sung Luật Báo chí, việc hoàn thiện các văn bản quy phạm pháp luật liên quan cũng cần được thực hiện đồng bộ, song song nhằm thúc đẩy, hỗ trợ quá trình chuyển đổi số của các cơ quan báo chí: Sửa đổi Luật Sở hữu trí tuệ để xử lý vi phạm về bản quyền báo chí, tăng cường trách nhiệm của các doanh nghiệp cung cấp dịch vụ trung gian trên không gian mạng trong việc bảo vệ bản quyền tác phẩm báo chí; quyền và trách nhiệm của tổ chức đại diện tập thể quyền tác giả, quyền liên quan trong việc đàm phán, thỏa thuận thu và phân chia tiền bản quyền, bảo đảm quyền lợi công bằng giữa các cơ quan báo chí trong nước với các nền tảng xuyên biên giới. Sửa đổi Luật Quảng cáo, Luật Cạnh tranh để kiểm soát cạnh tranh, chống độc quyền, quản lý hoạt động kinh doanh của các nền tảng xuyên biên giới có thị phần khống chế thị trường quảng cáo trực tuyến, bảo đảm môi trường cạnh tranh lành mạnh, bình đẳng trước pháp luật đối với doanh nghiệp Việt Nam và doanh nghiệp cung cấp dịch vụ xuyên biên giới vào Việt Nam.

Đối với quy định về văn phòng đại diện, phóng viên thường trú. Sửa đổi, bổ sung Điều 22 Luật Báo chí theo hướng quy định rõ một số mô hình chung của văn phòng đại diện phù hợp với cơ cấu, tổ chức và quy mô cơ quan báo chí; quy định số lượng văn phòng đại diện, phóng viên thường trú tương ứng với quy mô của cơ quan báo chí; bổ sung điều kiện, cơ cấu, quyền hạn và nhiệm vụ, quyền hạn của văn phòng đại diện, trưởng văn phòng đại diện. Quy định tạp chí nghiên cứu khoa học thì không mở văn phòng đại diện, cử phóng viên thường trú; bổ sung điều kiện phóng viên thuộc văn phòng đại diện phải có hợp đồng chính thức với cơ quan báo chí; quy định cụ thể số lượng phóng viên thường trú độc lập tại mỗi địa phương là 1 người,...

Đối với quy định về hoạt động tác nghiệp báo chí. Sửa đổi, bổ sung Điều 27 Luật Báo chí theo hướng quy định chặt chẽ hơn về tiêu chuẩn, điều kiện cấp thẻ nhà báo, nhất là điều kiện về phẩm chất đạo đức, tư tưởng, bản lĩnh chính trị, phải qua đào tạo, bồi dưỡng nghiệp vụ báo chí nhằm nâng cao chất lượng đội ngũ người làm báo.

Đối với quy định về tạp chí khoa học. Có hai phương án sửa đổi, cụ thể như sau: *Một là*, sửa đổi, bổ sung Luật Báo chí theo hướng phân định tạp chí khoa học với các sản phẩm báo chí khác. Quy định tiêu chí, điều kiện khoa học để thành lập tạp chí khoa học. Tạo cơ chế đặc thù về mô hình, ngân sách hoạt động, cơ chế tài chính của tạp chí khoa học; tiêu chuẩn, điều kiện người đứng đầu tạp chí khoa học cần đặc thù so với các cơ quan báo chí khác. *Hai là*, sửa đổi, bổ sung Luật Báo chí theo hướng không quy định các ấn phẩm công bố các nghiên cứu khoa học hoặc bài viết khoa học là cơ quan báo chí, không chịu sự điều chỉnh của Luật Báo chí.

Đối với một số quy định khác trong Luật Báo chí. Sửa đổi, bổ sung điểm c khoản 2 Điều 23 Luật Báo chí: Tiêu chuẩn bổ nhiệm người đứng đầu cơ quan báo chí là có thẻ nhà báo không áp dụng với một số cơ quan báo chí đặc thù.

KẾT LUẬN

Sự hội tụ của công nghệ thông tin, công nghệ truyền thông, đặc biệt là internet khiến truyền hình nói chung và truyền hình đa nền tảng nói riêng ở Việt Nam có bước tiến nhanh và chắc chắn. Với những giá trị hợp thời thế, nền tảng truyền thông xã hội đang ép truyền hình phải thay đổi để giữ vị thế và đáp ứng nhu cầu phong phú, đa dạng của công chúng. Sức ép đó khiến truyền hình không thể duy trì việc làm ra những tin, bài, phóng sự,... theo cách truyền thống, mà hướng tới việc sản xuất và tiêu thụ truyền hình trên các nền tảng kỹ thuật số - một xu hướng mới và tất yếu để thích nghi với bối cảnh hiện đại.

Tuy vậy, trong khi truyền hình đa nền tảng thế giới phát triển mạnh mẽ thì truyền hình đa nền tảng tại Việt Nam gặp nhiều khó khăn. Việc nhận thức về chúng của các nhà đài chưa thực sự đầy đủ, chưa khai thác hiệu quả chiến lược lưu trữ trên các nền tảng, chưa tận dụng tối đa thế mạnh của từng nền tảng để tổ chức sản xuất,... Vấn đề đặt ra là cần nghiên cứu kỹ để xác định xu hướng của truyền hình đa nền tảng tại Việt Nam hiện nay; những thuận lợi, khó khăn trên con đường phát triển để đưa ra những gợi mở nhằm đưa truyền hình đa nền tảng phát triển đúng với vị thế của nó trong thực tiễn truyền hình hiện đại.

Chính những lý do thời sự như vậy, việc nghiên cứu xu hướng truyền hình đa nền tảng ở Việt Nam hiện nay và sự thích nghi của nhà báo là rất cần thiết. Để xác định đúng hướng nghiên cứu, các lý thuyết tiếp cận như: Nền tảng xã hội - những giá trị cộng đồng trong một thế giới kết nối, quan điểm của Mác-Lênin, tư tưởng Hồ Chí Minh và đường lối của Đảng ta về báo chí đã được sử dụng vào nghiên cứu.

Qua nghiên cứu thực tiễn cho thấy thực trạng hướng đi của truyền hình đa nền tảng ở Việt Nam hiện nay theo đúng xu hướng của thời đại, cụ thể là:

Thứ nhất, truyền hình đa nền tảng ở Việt Nam hiện nay đang phát triển chắc chắn và đúng hướng. Truyền hình đa nền tảng có xu hướng lưu trữ hỗn hợp trên các nền tảng (100% video được lưu trữ ở nền tảng riêng của nhà đài; lưu trữ một phần nhỏ ở các nền tảng bên ngoài/nền tảng xuyên biên giới). Đồng thời nó có xu hướng chọn lựa và sản xuất những nội dung mang tính địa phương để phân phối trên các nền tảng xuyên biên giới; kéo dài thời gian tồn tại của video thành phẩm trên các nền tảng thông qua hệ thống các tác vụ (like, share, comment, phụ đề, hashtag, định dạng video,…). Bên cạnh đó, truyền hình đa nền tảng có xu hướng quan tâm đến phản ứng của công chúng với thành phẩm sau khi phát sóng. Có thể khẳng định, những xu hướng của truyền hình đa nền tảng đều hướng tới việc thích nghi và cộng sinh với các nền tảng truyền thông. Nói cách khác, nó đang gây sự "chú ý" bằng việc tương tác với một loạt thuật toán của nền tảng; sử dụng nền tảng như một đối tác để lan rộng giá trị đích thực của truyền hình. Nó phát triển đúng hướng khi biết phá vỡ sự lệ thuộc vào nền tảng, cụ thể: đang phá vỡ sự độc quyền nội dung hiển thị; độc quyền chọn lựa tin tức; độc quyền loại phương tiện hiển thị thông qua cơ chế chọn lựa của nền tảng cơ sở hạ tầng.

Thứ hai, truyền hình đa nền tảng giúp các nhà báo Việt Nam hình thành thói quen, kỹ năng kỹ thuật số mới và thói quen, kỹ năng tác nghiệp mới để thích nghi. Điều này có thể thấy, các nền tảng kỹ thuật số là một sản phẩm của công nghệ; nhà báo muốn cộng sinh với chúng để tổ chức sản xuất truyền hình đa nền tảng thì buộc phải học cách sử dụng, quản trị (dưới góc độ người dùng). Lúc này, các tiêu chuẩn/chỉ dẫn/quy định/nguyên tắc/điều khoản, trong cách sử dụng, quản trị của nền tảng trở thành những yếu tố định hướng, ràng buộc, điều chỉnh hành vi của nhà báo với môi trường mà chúng tạo ra. Chẳng hạn như: định dạng video thành phẩm phù hợp với thông số của nền tảng; quản trị tương tác, phản hồi trên các nền tảng; sử dụng các tính năng nổi trội của từng nền tảng nhằm lan toả những giá trị đích thực của truyền hình,... Những hành vi này được thực hiện thường xuyên sẽ trở thành phản xạ có điều kiện của nhà báo. Lâu dần, chúng trở thành thói quen, kỹ năng mới.

Ngoài kỹ năng kỹ thuật số, các nhà báo cũng hình thành ba nhóm thói quen, kỹ năng tác nghiệp mới để thích nghi với truyền hình đa nền tảng. Bên cạnh thói quen, kỹ năng tác nghiệp vẫn đang có đối với truyền hình truyền thống, khi có sự tham gia của các nền tảng truyền thông vào quá trình tổ chức sản xuất truyền hình, nhà báo bắt buộc phải thay đổi để tương thích và cộng sinh.

Để bắt kịp với xu hướng phát triển của truyền hình đa nền tảng thế giới, các tổ chức truyền hình ở Việt Nam cần phải tập trung phát triển đồng bộ các yếu tố công nghệ kỹ thuật, con người và nội dung sản phẩm. Các nhà đài cũng cần cập nhật, tiếp thu các xu hướng truyền hình đa nền tảng mới, tạo điều kiện để nhà báo được tiếp cận công nghệ, nâng cao trình độ và tư duy, từ đó sản xuất, cộng sinh tốt với các nền tảng truyền thông.

Tuy nhiên, với sự phát triển mạnh mẽ của kỹ thuật, công nghệ truyền thông, viễn thông và truyền hình, những thay đổi về nhu cầu, trình độ, thói quen của công chúng cùng các tác động vĩ mô và vi mô khác, tất yếu cần những nghiên cứu chuyên sâu hơn về truyền hình đa nền tảng tại Việt Nam trong thời gian tới.

TÀI LIỆU THAM KHẢO

Tiếng Việt

1. Đảng Cộng sản Việt Nam: *Văn kiện Đại hội đại biểu toàn quốc lần thứ XIII*, Nxb. Chính trị quốc gia Sự thật, Hà Nội, 2021, t.1, tr.146.
2. Huỳnh Ngọc Ẩn: "*Tổ chức sản xuất nội dung phát trên đa nền tảng tại đài truyền hình địa phương*", Luận văn Thạc sĩ Báo chí, Trường Đại học Khoa học Xã hội và Nhân văn, Đại học Quốc gia Hà Nội, 2022.
3. BBT: *Hội thảo: Giao ban công tác Quản lý nhà nước về Truyền hình trả tiền năm 2020*, Retrieved from Cục Phát thanh, Truyền hình và Thông tin điện tử, Bộ Thông tin và Truyền thông. https://abei.gov.vn/phat-thanh-truyen-hinh-/hoi-thao-giao-ban-cong-tac-quan-ly-nha-nuoc-ve-phat-thanh-truyen-hinh-tra-tien-nam-2020/107288,.
4. Chung Nguyễn Hải Chung, Bùi Thu Hương: *Truyền thông xã hội*, Nxb. Thế giới, Hà Nội, 2016.
5. Đài Truyền hình Việt Nam: *Hội thảo Thị trường truyền hình hiện đại* (thứ Sáu ngày 03/07/2020). Truy cập ngày 28/05/2021.

6. Nguyễn Văn Dũng: *Báo chí truyền thông hiện đại - Từ hàn lâm đến đời thường*, Nxb. Đại học quốc gia Hà Nội, Hà Nội, 2011.
7. Nguyễn Văn Dũng: "Hướng đi nào cho báo chí trong môi trường truyền thông số (Nhìn từ trường hợp báo chí Việt Nam)", *Tạp chí Lý luận Chính trị*, số 6-2016, Học viện Chính trị quốc gia Hồ Chí Minh. http://lyluanchinhtri.vn/home/index.php/diendan/item/1868-huong-di-nao-cho-bao-chi-trong-moi-truong-truyen-thong-so-nhin-tu-truong-hop-bao-chi-viet-nam.html. Truy cập ngày 28/09/2021.
8. Nguyễn Văn Dũng: *Cơ sở lý luận báo chí*. Nxb. Thông tin và Truyền thông, Hà Nội, 2018.
9. Nguyễn Văn Dũng, Đỗ Thị Thu Hằng: *Lý thuyết truyền thông*, Học viện Báo chí và Tuyên truyền, 2017, tr.13. http://thuvien.ajc.edu.vn/ViewPDFOnline/document.php?loc=0&doc=32590707470955612362951208592825040406.
10. Nguyễn Thị Trường Giang: "Xu hướng phát triển của báo chí trong kỷ nguyên kỹ thuật số", Tạp chí *Người làm báo điện tử*, ngày 22/04/2020. https://nguoilambao.vn/xu-huong-phat-trien-cua-bao-chi-trong-ky-nguyen-ky-thuat-so-n6967.html. Truy cập ngày 27/11/2022.
11. Nguyễn Văn Hà: *Giáo trình Cơ sở lý luận báo chí*, Nxb. Đại học quốc gia Thành phố Hồ Chí Minh, 2012.

12. Nguyễn Minh Hải: *Xây dựng phát triển thương hiệu Kênh truyền hình ở Việt Nam*, Nxb. Chính trị quốc gia Sự thật, Hà Nội, 2022.
13. Đinh Thị Thuý Hằng: *Báo chí Thế giới và Xu hướng phát triển*, Nxb. Thông tấn, Hà Nội, 2008.
14. Đỗ Thị Thu Hằng: *Giáo trình Tâm lý học báo chí*, Nxb. Đại học quốc gia Thành phố Hồ Chí Minh, 2015.
15. Lương Khắc Hiếu: *Giáo trình Lý thuyết truyền thông,* Học viện Báo chí và Tuyên truyền, Nxb. Chính trị quốc gia Sự thật, Hà Nội, 2013, tr.20.
16. Đinh Xuân Hoà, Bùi Chí Trung: *Truyền hình hiện đại - Những lát cắt 2015 – 2016,* Nxb. Đại học quốc gia Hà Nội, 2015.
17. Kỷ yếu Hội thảo khoa học quốc tế: *Báo chí trong quá trình toàn cầu hoá: cơ hội, thách thức và triển vọng* do Hội Nhà báo Việt Nam, Học viện Báo chí và Tuyên truyền, báo Nhân dân, Đài Phát thanh truyền hình Quảng Ninh và Đại học Tổng hợp Viên, Áo tổ chức, 2014.
18. Nguyễn Khánh Linh: *Truyền hình trên nền tảng Internet (OTT) tại Việt Nam hiện nay*, Luận văn Thạc sĩ, Trường Đại học Khoa học Xã hội và Nhân văn, Đại học quốc gia Hà Nội, 2020.
19. Nguyễn Thành Lợi: *Tác nghiệp báo chí trong môi trường truyền thông hiện đại*, Nxb. Thông tin và Truyền thông, Hà Nội, 2014.

20. Hiền Mai: "Quảng cáo truyền hình "hụt hơi" trước bứt phá của quảng cáo trực tuyến", Báo điện tử *VnMedia*, 2019. http://vnmedia.vn/congnghe/201609/quang-cao-truyen-hinh-hut-hoi-truoc-but-pha-cua-quang-cao-truc-tuyen-540761/.

21. Lê Quốc Minh: "Báo chí đa nền tảng và sự trở về với giá trị cốt lõi là phụng sự độc giả", Tham luận tại Hội nghị Báo chí toàn quốc ngày 30/12/2015, Hà Nội.

22. Thuý Ngà: "Tăng sức bật cho truyền hình OTT với nền tảng CMC Cloud Link", Báo Điện tử *Vietnamnet*, 2020. https://vietnamnet.vn/tang-suc-bat-cho-truyen-hinh-ott-voi-nen-tang-cmc-cloud-link-694981.

23. Nhóm tác giả: *Các xu hướng phát triển của Báo chí Thế giới*, Khoa Báo chí, Trường Đại học Khoa học Xã hội và Nhân văn, Đại học quốc gia Hà Nội, 2008, tr.56.

24. Nguyễn Ngọc Oanh: *Giáo trình Phóng sự truyền hình*, Nxb. Đại học quốc gia Thành phố Hồ Chí Minh, 2014.

25. Hoàng Phê: *Từ điển Tiếng Việt,* Viện Ngôn ngữ học, Nxb. Đà Nẵng, 2003, tr.692.

26. Lê Minh Quân: Đề tài nghiên cứu cấp bộ *Một số xu hướng chính trị chủ yếu trên thế giới hiện nay và tác động của chúng đối với công cuộc đổi mới ở Việt Nam*, Học viện Chính trị quốc gia Hồ Chí Minh, 2005.

27. Trần Hữu Quang: *Truyền thông đại chúng và công chúng* (Trường hợp Thành phố Hồ Chí Minh), Luận án tiến sĩ Xã hội học, Viện Xã hội học, 2000.

28. Lệ Quyên và cộng sự: "Từ kênh tiktok mới vào nghề thành kênh tin tức tăng trưởng vượt bậc tại Đông Nam Á", Báo điện tử *VTVNews*, 2021. https://vtv.vn/truyen-hinh/vtv24news-tu-kenh-tiktok-moi-vao-nghe-thanh-kenh-tin-tuc-tang-truong-vuot-bac-tai-dong-nam-a-20210121180 25635.htm.
29. Dương Xuân Sơn: *Giáo trình Báo chí Truyền hình*, Nxb. Đại học quốc gia, 2011.
30. Tạ Ngọc Tấn: *Cơ sở lý luận báo chí*, Nxb. Lý luận chính trị, Hà Nội 2007.
31. Tạ Ngọc Tấn: *Báo chí, truyền thông hiện đại: thực tiễn, vấn đề, nhận định*, Nxb. Chính trị quốc gia Sự thật, Hà Nội 2020.
32. Trần Minh Tây: *Tổ chức sản xuất sản phẩm truyền hình trên internet của Đài Truyền hình Việt Nam*, Luận văn Thạc sĩ Báo chí, Trường Đại học Khoa học Xã hội và Nhân văn, Đại học quốc gia Hà Nội, 2021.
33. TH: "Sự bùng nổ của dịch vụ OTT?", Tạp chí *Thông tin và Truyền thông*, 2020. https://ictvietnam.vn/su-bung-no-cua-dich-vu-ott-30259.html.
34. Nguyễn Ngọc Thiện: "Việt Nam chủ động và tích cực hội nhập quốc tế về văn hóa trong bối cảnh toàn cầu hóa", *Tạp chí Cộng sản* số 901 (11-2017), 25.
35. Đặng Thị Minh Thuý: *Tổ chức nội dung đa nền tảng tại các đài phát thanh và truyền hình địa phương (khảo sát Đài Phát thanh và Truyền hình Nghệ An, Bắc Kạn, Trung tâm Truyền thông tỉnh Quảng*

Ninh), Luận văn Thạc sĩ, Trường Đại học Khoa học Xã hội và Nhân văn, Đại học quốc gia Hà Nội, 2023.

36. Phạm Quang Trực: *Tổ chức sản xuất sản phẩm đa nền tảng tại kênh truyền hình thông tin kinh tế và giải trí tổng hợp InforTV*, Luận văn Thạc sĩ, Học viện Báo chí và Tuyên truyền, 2021.

37. Phạm Thị Thanh Tịnh: *Báo chí thế giới và Việt Nam - Lịch sử và đương đại*, Nxb. Lao động - Xã hội, 2017.

38. Bùi Chí Trung: "Social TV - Cơ hội mới để truyền hình sống sót?", *Người làm báo*, Retrieved from http://nguoilambao.vn/social-tv-co-hoi-moi-de-truyen-hinh-song-sot.

39. Bùi Chí Trung và cộng sự: *Truyền hình hiện đại Vol. 2 - Giải pháp số*, Nxb. Đại học quốc gia Hà Nội, 2024, tr.66.

40. Vũ Thanh Vân: Xu hướng phân khúc công chúng nhận diện và ứng dụng cho các cơ quan báo chí, Tạp chí *Thông tin và Truyền thông*, 2022. https://icvietnam.vn/xu-huong-phan-khuc-cong-chung-nhan-dien-va-ung-dung-cho-cac-co-quan-bao-chi-19897.html.

41. Ngọc Vũ: "Mạng xã hội và truyền hình: "Bắt tay" hay "ngoảnh mặt"?:, *Báo điện tử VOV*, 2015. https://vov.vn/xa-hoi/mang-xa-hoi-va-truyen-hinh-bat-tay-hay-ngoanh-mat-530941.vov.

42. Thanh Yến: "Mạng xã hội thay đổi cách làm truyền hình", *Báo Đại biểu Nhân dân*, 2016.

https://daibieunhandan.vn/van-hoa/mang-xa-hoi-thay-doi-cach-lam-truyen-hinh-i171042.

Tiếng nước ngoài

43. Bell, Emily và Owen, T.: "The platform press. How Silicon Valley reengineered journalism", *New York: Columbia Journalism School*, 2017.
44. Benkler, Y., R. Faris, H. Roberts, và E. Zuckerman: "Study: Breitbart-led Right-Wing Media Ecosystem Altered Broader Media Agenda", *Columbia Journalism Review*, March 3, 2017. https://www.cjr.org/analysis/breitbart-media-trump-harvard-study.php.
45. Brecht, R., Busch G., Chardon, C., Freyer, U., Hornbostel, A., Karanas, A., et al.: *White Book Hybrid TV/Smart TV: Smart TV Working Group of the German TV-Platform*, Frankfurt: German TV-Platform, 2012.
46. Cha, J., và Chan-Olmsted, SM: "Substitutability between Online Video Platforms and Television", Tạp chí *Journalism & Mass Communication Quarterly*, tập 89, số 02, 261-278, 2012. https://www.proquest.com/openview/4e356f156877a5d485f606a25af68037/1?pq-origsite=gscholar&cbl=15546. Truy cập ngày 15/01/2022.
47. Collins Dictionary (2023). https://www.collinsdictionary.com/dictionary/english/trend .
48. Davis, J: "The Guardian Pulls Out of Facebook's

Instant Articles and Apple News", *Digiday UK*, April 21, 2017. https://digiday.com/media/guardian-pulls-facebooks-instant-articles-apple-news/.

49. Facebook: "Signal", 2017. https://www.facebook.com/facebookmedia/get-starred/signal.

50. Gillespie: "The Platform Metaphor, Revisited", *HIIG Science Blog*, Berlin: Alexander von Humboldt Institute fur Internet und Gesellschaft, August 24, 2017. https://www.hiig.de/en/blog/the-platform-metaphor-revisites/.

51. Gillian Doyle: "Multi-platform media and the miracle of the loaves and fishes", Tạp chí *Journal of Media Business Studies*, tập 12, số 01, 49-65, 2015. http://doi.org/10.1080/16522354.2015.1027113. Truy cập ngày 01/03/2022.

52. Gitelman: *Raw Data Is an Oxymoron*, The MIT Press, Cambridge, Massachusetts, London, England, 2014.

53. Gottfried, J., và E. Shearer: *News Use Across Social Media Platforms 2016,* Pew Research Center, May 26, 2016. http://www.journalism.org/files /2016/05/PJ_2016.05.26_social-media-and-news_FINAL-1.pdf. GOV.UK. Accessed April 22, 2018. https://www.gov.uk/.

54. Hansen, J. D., và J. Reich: "Democratizing Education? Examining Access and Usage Patterns in Massive Open Online Courses", *Science 350*, no. 6265: 1245-48, 2016.

55. Hashim Hamza Puthiyakath, Manash Pratim Goswami: Is Over the Top Video Platform the Game Changer over Traditional TV Channels in India, A Niche Analysis, *Sage Journals*, tập 31, số 01, 133-150, 2021. https://doi.org/10.1177/1326365X211009639.
56. Hedman, U.: "When journalists tweet: Disclosure, participatory, and personal transparency", *Social Media + Society*, 2(1), 1-13, 2016.
57. Helberger, N., J. Pierson, and T. Poell: "Governing Online Platforms: From Contested to Cooperative Responsibility", *Information Society 34*, no. 1 (2018): 1-14, 2018.
58. Hellmueller, L., & Mellado, C.: Professional roles and news construction: A media sociology conceptualization of journalists' role conception and performance, *Communication & Society*, 28(3), 1-11, 2015.
59. Hellmueller, L., Vos, T. P., & Poepsel, M. A.: Shifting journalistic capital? Transparency and objectivity in the twenty-first century, *Journalism Studies*, 14(3), 287-304, 2013.
60. Hermida, A.: "Twittering the New: The Emergence of Ambient Journalism", *Journalism Practice*, tập 4, số 3, tr. 297-308, 2010.
61. Hern, A: "Apple Puts Brakes on Self-Driving Car Project, Report Says", *Guardian,* August 23, 2017. https://www.theguardian.com/technology/2017/aug/23/apple-puts-brakes-on-self-driving-car-waymo.

62. Hern, A: "Downright Orwellian': Journalists Decry Facebook Experiment's Impact on Democracy", *Guardian,* October 25, 2017. https://www.theguardian.com/technology/2017/oct/25/facebook-orwellian-journalists-democracy-guatemala-slovakia.

63. Hern, A: "YouTube and Google Boycott Spreads to US as AT&T and Verizon Pull Ads", *Guardian,* March 23, 2017. https://www.theguardian.com/technology/2017/mar/23/youtube-google-boycott-att-verizon-pull-adverts-extremism.

64. Hirst, M.: Towards a political economy of fake news. *The Political Economy of Communication,* 5(2), 82-94, 2017.

65. Hopkins: "Revealed: Facebook's Internal Rulebook on Sex, Terrorism and Violence", *Guardian,* May 21, 2017. http://www.theguardian.com/news/2017 /may/ 21/revealed-facebook-internal-rulebook-sex-terrorism-violence.

66. Hsiang Iris Chyi và Monica Chadha: News on new devices: Is multi-platform news consumption a reality? *Journalism Practice,* tập 06, số 04, 431-449, 2012. https://www.tandfonline.com/doi/abs /10.1080/ 17512786.2011.629125. Truy cập ngày 26/02/2022.

67. Ito, M., và D. Okabe: *Intimate Visual Co-presence,* In 2005 Ubiquitous Computing Conference, September 2005. http://www.itofisher.com/mito/ archives/ito.ubicompos.pdf.

68. Ivar John Erdal: Repurposing of content in multi-platform news production, Towards a typology of cross-media journalism, *Journalism Practice,* tập 03, số 02, 178-195, 2009. https://doi.org/10.1080/17512780802681223. Truy cập ngày 24/02/2022.
69. J.Kaye, S.Quinn: *Funding journalism in the digital age: Business models, strategies, issues and trends,* Nxb. Peter Lang, Washington D.C, 03-152, 2010. https://www.dailymotion.com/video/x4slmjl. Truy cập ngày 07/09/2021.
70. J.Van Dijck, T Poell, M De Waal: *The platform society: Public values in a connective world (2018),* Oxford University Press, 2018.
71. Jan Teurlings và Marijke de Valck: *After the Break Television Theory Today,* Amsterdam University Press, 2013.
72. Jane Roscoe: Multi-Platform Event Television: Reconceptualizing our Relationship with Television. *The Communication Review,* tập 07, số 04/2004, 363-369, 2004. https://doi.org/10.1080/10714420490886961. Truy cập ngày 13/08/2021.
73. Johnstone, J. W. C., Slawski, E. J., & Bowman, W. W.: The news people: A sociological portrait of American journalists and their work, University of Illinois Press, Karlsson, M. (2010), Rituals of transparency, *Journalism Studies,* 11(4), 535-545, 1976. https://doi.org/10.1080/14616701003638400.

74. Jonathan Gray, Liliana Bounegru, Lucy Chambers: *The Data Journalism Handbook,* 2011. Truy cập ngày 28/11/2022. http://datajournalismhandbook.org/1.0/en/.
75. José Alberto García-Avilés: Roles of audience participation in multiplatform television: From fans and consumers, to collaborators and activists, *Participations Journal of Audience & Reception Studies,* tập 09, số 02/2012, 429-447, 2012.
76. Kafka, P: "Upworthy's Traffic Is Still Headed Down. Blame Us, Not Facebook, Says Upworthy", *Recode,* May 14, 2014. http://recode.net/2014/05/14/upworthys-traffic-is-still-headed-down-blame-us-not-facebook-says-upworthy/.
77. Karlsson, M., & Clerwall, C.: Transparency to the rescue? Evaluating citizens' views on transparency tools in journalism, *Journalism Studies,* 19(13), 1923-1933, 2018. https://doi.org/10.1080/1461670X.2018.1492882.
78. Kim Andersen, Jesper Strömbäck: Media Platforms and Political Learning: The Democratic Challenge of News Consumption on Computers and Mobile Devices, *International Journal of Communication,* tập 15, 300-319, 2021. Truy cập ngày 06/03/2022.
79. Levi, L.: Real fake news and fake fake news essays. *First Amendment Law Review,* 16, 232-327. 2017.
80. Levin, S., J. Wong, và L. Harding: "Facebook Backs Down from "Napalm Girl" Censorship and

Reinstates Photo", *Guardian,* September 9. http://www.theguardian.com/technology/2016/sep/09/facebook-reistates-napalm-girl-photo.

81. Moses, L: "Breitbart Ads Plummet Nearly 90 Percent in Three Months as Trump's Troubles Mount", *Digiday UK,* June 6, 2017. https://digiday.com/media/breitbart-ads-plummet-nearly-90-percent-three months-trumps-troubles-mount/.

82. Marc Hooghe và Jennifer Oser: Content Aggregation in the Age of Online Video: An Analysis of the Impact of Internet Distribution on the Television Business, *Journal of Media Business Studies,* tập 08, số 03, 01-17, 2015. https://www.tandfonline.com/doi/full/ 10.1080/1369118X.2015.1022568. Truy cập ngày 22/01/2022.

83. Mary Debrett: Riding the wave: public service television in the multi-platform era, *Media, Culture & Society,* tập 31, số 05/2009, 807-827, 2009. https://www.researchgate.net/publication/240707967. Truy cập ngày 10/06/2021.

84. Matassi, Mora, and Pablo Boczkowski: An Agenda for Comparative Social Media Studies: The Value of Understanding Practices from Cross-National, Cross-Media, and Cross-Platform Perspectives, *International Journal of Communication,* số 15, 207-228; Medienstaatsvertrag (2020), § 30 Telemedienangebote, Section 7; https://www.gesetze-bayern.de/Content/Document/MStV-30.

85. Mathias Felipe de Lima Santos, Wilson Ceron: Artificial Intelligence in News Media: Current Perceptions and Future Outlook; Tạp chí *Journalism and Media*, tập 3, 13-26, 2022. Truy cập ngày 29/11/2022. https://doi.org/10.3390/journalmedia 3010002.

86. Max Dawson: Television Between Analog and Digital. *Journal of Popular Film and Television*, số 38, tập 02, 95-100, 2010. https://www.tandfonline.com/doi/ full/10.1080/01956051.2010.483361. Truy cập ngày 10/11/2121.

87. Maxim Kornev: *Как изменилось понятие "журналистика" в современном цифровом пространстве?*, Viện Truyền thông Đại chúng, Đại học Nhân văn Nhà nước Nga, 2014. Truy cập ngày 11/09/2021.

88. Mosseri, A: "*News Feed FYI: Bringing People Closer Together*", Facebook Newsroom, January 11, 2018. https://newsroom.fb.com/news/2018/01/news-feed-fyi-bringing-people-closer-together/.

89. Myllylahti, M.: An attention economy trap? An empirical investigation into four news companies Facebook traffic and social media, *Journal of Media Business Studies*, số 15, tập 04, 237-253, 2018. DOI:10.1080/16522354.2018.1527521.

90. Newman, N., và D. Levy: *Reuters Institute Digital News Report 2014: Tracking the Future of News*,

Oxford: Reuters Institute for the Study of Journalism, 2014. http://reutersinstitute.pol-itics.ox.ac.uk/sites/default/files/research/files/Reuters%2520Institute%2520Digital%2520News%2520Report%25202014.pdf.

91. Newton, L. H., Hodges, L., & Keith, S.: Accountability in the professions: Accountability in journalism, *Journal of Mass Media Ethics*, 19(3-4), 166-190, 2004.

92. Nic Newman: *Journalism, media, and technology trends and predictions 2017 và 2018,* Viện nghiên cứu Báo chí Reuters, Đại học Oxford, 2017, tr.5, 23. Truy cập ngày 28/01/2022.

93. Nic Newman: *Journalism, media, and technology trends and predictions 2021 và Lischka, Juliane, trong Logics in Social Media News Making: How Social Media Editors Marry the Facebook Logic with Journalistic Standards,* Viện nghiên cứu Báo chí Reuters, Đại học Oxford, Mỹ, 2018. Truy cập ngày 31/01/2022.

94. Nieborg, D.B: *"Free to Play Games and App Advertising. The Rise of the Player Commodity"*, In Explorations in Critical Studies of Advertising, edited by J.F. Hamilton, R. Bodle, and E. Korin, 28-41, New York: Routledge, 2017.

95. Oranit Klein-Shagrir, Heidi Keinonen: Public Service Television in a Multi-Platform Environment: A Comparative Study in Finland and Israel, *Journal*

of European Television History and Culture, tập 03, số 06, 14-23, 2012. http://doi.org/10.18146/2213-0969.2014.jethc066. Truy cập ngày 03/06/2021.

96. Oxford Learner's Dictionaries, 2023. https://www.oxfordlearnersdictionaries.com/definition/english/trend_1?q=trend.

97. Pariser, E: *The Filter Bubble: What the Internet Is Hiding from You,* New York: Penguin, 2011.

98. Rita Järventie - Thesleff và Johanna Moisander: The strategic challenge of continuous change in multi-platform media organizations - a strategy-as-practice perspective, *International Journal on Media Management,* tập 16, số 03 và 04, 123-138, 2014. https://helda.helsinki.fi/bitstream/handle/10138/153030/Co_continuous_change_IJMM_libre.pdf?sequence=1. Truy cập ngày 28/02/2022.

99. Resende, G., Melo, P., Sousa, H., Messias, J., Vasconcelos, M., Almeida, J., & Benevenuto, F.: *(Mis)information dissemination in WhatsApp: Gathering, analyzing and countermeasures.* In The World Wide Web conference (pp. 818-828), 2019. https://doi.org/10.1145/3308558.3313688.

100. Schlesinger, Philip, Doyle, Gillian: From organizational crisis to multi-platform salvation? Creative destruction and the recomposition of news media, *Journalism: Theory, Practice and Criticism,* tập 16, số 03, 305-323, 2015. https://eprints.gla.ac.uk/93643/1/93643.pdf.

101. Sharethrough: "Native Advertising Insights." Sharethrough. Accessed, January 15, 2015. https://www.sharethrough.com/nativeadvertising/.
102. Shirky, C: *Here Comes Everybody: The Power of Organizing Without Organizations*, New York: Penguin, 2008.
103. Shoemaker, P. J., & Reese, S. D.: *Mediating the message*, New, 1996.
104. Thompson, D.: *Creadores de hits. La ciencia de la popularidad en la era de la distracción*, México, Océano, 2018.
105. Tommasel, A.: *Friend or foe: Studying user trustworthiness for friend recommendation in the era of misinformation*. In 2019 IEEE second international conference on artificial intelligence and knowledge engineering (AIKE) (pp. 273-276), 2019. https://doi.org/10.1109/AIKE.2019.00053.
106. Vosoughi, S., D. Roy, and S. Aral: "The Spread of True and False News Online", *Science 359*, no. 6380 (2018): 1146-51, 2018.
107. Vu, H. T.: "The online audience as gatekeeper: The influence of reader metrics on news editorial selection". *Journalism*, 15(8), 1094-1110, 2014. https://doi.org/10.1177/146488 4913504259.
108. Vu, H. T., Trieu, L. T., & Nguyen, H. T.: Routinizing Facebook: How journalists' role conceptions influence their social media use for professional

purposes in a socialist- communist country, *Digital Journalism*, 1-19, 2020. https://doi.org/10.1080/21670811.2020.1770111.

109. Waisbord, S.: Truth is what happens to news. *Journalism Studies*, 19(13), 1866-1878, 2018. https://doi.org/10.1080/1461670X.2018.1492881.

110. Wakabayashi, D., and M. Isaac: "In Race Against Fake News, Google and Facebook Stroll to the Starting Line", *New York Times,* January 25, 2017. https://www.nytimes.com/2017/01/25/technology/google-facebook-fake-news.html?mcubz=0.

111. Yan Jin, Jhih-Syuan (Elaine) Lin, Bob Gilbreath và Yen-I Lee: Motivations, Consumption Emotions, and Temporal Orientations in Social Media Use: A Strategic Approach to Engaging Stakeholders Across Platforms, *International Journal of Strategic Communication*, tập 11, số 02, 115-132, 2017. http://dx.doi.org/10.1080/1553118X.2017.1285769. Truy cập ngày 03/03/2022.

MỤC LỤC

Lời Nhà xuất bản   5
Lời nói đầu   7

Chương I
**CƠ SỞ LÝ LUẬN VÀ THỰC TIỄN
CỦA XU HƯỚNG TRUYỀN HÌNH
ĐA NỀN TẢNG**   10

I. Cơ sở lý luận   10
1. Các khái niệm cơ bản   10
2. Vai trò, nguyên tắc, mối quan hệ   32
II. Cơ sở thực tiễn   53
1. Yếu tố tác động đến sự hình thành xu hướng truyền hình đa nền tảng   53
2. Cơ sở chính trị, pháp lý của xu hướng truyền hình đa nền tảng ở Việt Nam   66

Chương II
**THỰC TRẠNG XU HƯỚNG
TRUYỀN HÌNH ĐA NỀN TẢNG
Ở VIỆT NAM HIỆN NAY**   73

I. Giới thiệu khái quát về Đài Truyền hình Việt Nam và các kênh, chương trình khảo sát   73

1. Đài Truyền hình Việt Nam và các kênh khảo sát	73
2. Các chương trình khảo sát	74
II. Thực trạng xu hướng truyền hình đa nền tảng ở Đài Truyền hình Việt Nam	77
1. Các xu hướng phát triển	77
2. Sự thích nghi của nhà báo	87
III. Những thành công, hạn chế và nguyên nhân của xu hướng truyền hình đa nền tảng ở Việt Nam	113
1. Thành công và nguyên nhân	113
2. Hạn chế và nguyên nhân	132

Chương III
NHỮNG VẤN ĐỀ ĐẶT RA VÀ MỘT SỐ GIẢI PHÁP NHẰM THÚC ĐẨY PHÁT TRIỂN XU HƯỚNG TRUYỀN HÌNH ĐA NỀN TẢNG Ở VIỆT NAM TRONG THỜI GIAN TỚI — 140

I. Những vấn đề đặt ra với xu hướng truyền hình đa nền tảng ở Việt Nam	140
1. Hệ sinh thái nền tảng và bảo đảm tính chính xác, toàn diện của tin tức	140
2. Cơ chế chọn lựa của nền tảng và bảo đảm tính dân chủ của quy trình tin tức	153
3. Chiến lược cộng sinh của truyền hình đa nền tảng và bài toán kinh tế	163
II. Một số giải pháp nhằm thúc đẩy phát triển xu hướng truyền hình đa nền tảng ở Việt Nam trong thời gian tới	173

1. Về phát triển nền tảng riêng của truyền hình	173
2. Về phát triển xu hướng truyền hình đa nền tảng	182
KẾT LUẬN	195
TÀI LIỆU THAM KHẢO	199

Chịu trách nhiệm xuất bản
GIÁM ĐỐC - TỔNG BIÊN TẬP
PGS.TS. VŨ TRỌNG LÂM

Chịu trách nhiệm nội dung
PHÓ GIÁM ĐỐC - PHÓ TỔNG BIÊN TẬP
ThS. PHẠM THỊ THINH

Biên tập nội dung:	ThS. PHẠM THỊ KIM HUẾ
	ThS. NGUYỄN MINH HUỆ
	NGUYỄN THANH THÚY
	TƯỜNG THỊ THANH HUẾ
Trình bày bìa:	
Chế bản vi tính:	NGUYỄN THU THẢO
Sửa bản in:	ĐỖ THỊ TÌNH
	NGUYỄN SƠN LÂM
Đọc sách mẫu:	NGUYỄN THANH THÚY
	TƯỜNG THỊ THANH HUẾ

www.ingramcontent.com/pod-product-compliance
Lightning Source LLC
Chambersburg PA
CBHW071157070526
44584CB00019B/2824